கடல் கொள்ளையர் வரலாறு

பாலா ஜெயராமன்

அறிபுனை, மாயாவாதம், போர் வரலாறு, பொருளியல், அரசியல் துறைகளில் ஆர்வமுள்ள இவர், விக்கிப்பீடியாவில் கட்டுரைகள் எழுதுபவர். கிண்டி பொறியியல் கல்லூரியில் மின்னணுவியலும், அண்ணாமலைப் பல்கலைக் கழகத்தில் வரலாறும் படித்தவர். தற்போது கோவையில் வசிக்கிறார்.

கடல் கொள்ளையர் வரலாறு

பாலா ஜெயராமன்

கிழக்கு

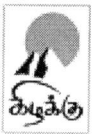

கடல் கொள்ளையர் வரலாறு
Kadal Kollaiyar Varalaru
by Bala Jeyaraman ©

First Edition: September 2010
144 Pages
Printed in India.

ISBN: 978-81-8493-541-7
Title No: Kizhakku 539

Kizhakku Pathippagam
177/103, First Floor,
Ambal's Building, Lloyds Road
Royapettah, Chennai 600 014.
Ph: +91-44-4200-9601

Email : support@nhm.in
Website : www.nhm.in

Author's Email : sodabottle@gmail.com
Cover Image : Wikimedia

Kizhakku Pathippagam is an imprint of New Horizon Media Private Limited

This book is sold subject to the condition that it shall not, by way of trade or otherwise, be lent, resold, hired out, or otherwise circulated without the publisher's prior written consent in any form of binding or cover other than that in which it is published and without a similar condition including this the rights under copyright reserved above, no part of this publication may be reproduced, stored in or introduced into a retrieval system, or transmitted in any form or by any means (electronic, mechanical, photocopying, recording or otherwise), without the prior written permission of both the copyright owner and the above-mentioned publisher of this book.

நான் விடும் கதைகளை
பொறுமையாகக் கேட்கும் பூங்கோதைக்கு
அன்புடன்

உள்ளே

1. நடுக்கடலில் ஒரு கடத்தல் / 09
2. ஆதி கொள்ளையர்கள் / 14
3. கொல், கொள்ளையடி, கூடிவாழ்! / 24
4. புதையல் கப்பல் / 35
5. அள்ளித் தந்த அடிமை பிசினஸ் / 43
6. ராஜ்ஜியம் உண்டு ஆள! / 51
7. முடிவுக்கு வந்த ஆட்டம் / 61
8. ஆசியாவை அசைத்த கடல் கொள்ளை / 70
9. வயிற்றில் அடிக்கும் வர்த்தகச் சூறை / 83
10. சோமாலியா சொர்க்கபுரியா? / 93
11. குதிக்கும் அணில்கள் / 105
12. திருடனும் போலீஸும் / 116
13. ஹீரோக்களான வில்லன்கள் / 127
14. மிதக்கும் வெடிகுண்டுகள் / 138
    பின்னிணைப்பு / 142

1
நடுக்கடலில் ஒரு கடத்தல்

'சுட்டு வீழ்த்துங்கள்!' என்று உத்தர விட்டார் பராக் ஒபாமா.

பல்லாயிரம் மைல்களுக்கப்பால் இந்தியப் பெருங்கடலில் ஒரு சிறிய படகில் நின்றிருந்த ஓர் இளைஞனின் தலை வெடித்துச் சிதறியது. படகில் அவனுடன் இருந்த அவனது நண்பர்களும், அமெரிக்க கமாண்டோ வீரர்களால் சுட்டு வீழ்த்தப்பட்டனர்.

கொல்லப்பட்டவர்கள், சதாம் ஹுசேனின் ஆதரவாளர்களோ, பின்லேடன் அனுப்பி வைத்த தீவிரவாதிகளோ இல்லை. சர்வதேச போலீசாரால் தேடப்பட்டு வரும் பெரிய குற்றவாளிகளும் இல்லை.

பின் ஏன் மூன்று சாதாரண இளைஞர்களைக் கொல்ல அமெரிக்க அதிபர் நேரடியாக உத்தரவிடவேண்டும் என்று யோசிக்கிறீர்களா? சுட்டு வீழ்த்தப்பட்ட போது அவர்கள் செய்து கொண்டிருந்த வேலை அப்படி.

அவர்கள், ஒரு அமெரிக்க சரக்குக் கப்பலைக் கொள்ளையடிக்கப் போய்,

தோல்வியடைந்த ஆத்திரத்தில் அந்தக் கப்பலின் கேப்டனை பணயக் கைதியாகப் பிடித்து வைத்திருந்த சோமாலிய கடல் கொள்ளையர்கள். கடல் கொள்ளையர்களை சினிமாவிலும் கதைகளிலும் பார்த்திருக்கும் நமக்கு இந்தச் செய்தி வியப்பளிக்கலாம். நடந்த சம்பவமோ ஒரு ஹாலிவுட் ஆக்ஷன் திரைப் படத்தைவிட திருப்பங்களும் திகிலும் நிறைந்தது.

ஏப்ரல் 8, 2009. 'மெயர்ஸ்க் அலபாமா' என்ற பெயர் கொண்ட அந்த அமெரிக்க சரக்குக் கப்பல் இந்தியப் பெருங்கடலில் கென்ய நாட்டின் மொம்பாசா துறைமுகத்தை நோக்கிச் சென்று கொண்டிருந்தது. திடீரென எங்கிருந்தோ முளைத்த ஒரு தாய்வான் நாட்டு மீன்பிடிபடகு கப்பலை நெருங்க ஆரம்பித்தது.

ரேடியோ மூலம் செய்த எச்சரிக்கைகளைப் பொருட்படுத்தாமல் அந்தப் படகு அலபாமா கப்பலை நோக்கி வேகமாக வந்தது. மோதியது. படகிலிருந்த ஆயுதமேந்திய நான்கு இளைஞர்கள், அமெரிக்க கப்பலுக்குள் குதித்தனர்.

வந்திருப்பவர்கள், சோமாலியக் கொள்ளையர்கள் என்பது கப்பல் கேப்டனுக்கு புரிந்துபோனது. கொஞ்சமும் தாமதிக்காமல், கப்பல், கொள்ளையர்கள் கையில் சிக்காமல் இருக்க நடவடிக்கைகளில் இறங்கினார். கப்பல் கட்டுப்பாட்டு அறை, செயலிழக்கப்பட்டது.

மாலுமிகள் அனைவரும் முன்பே பயிற்சி எடுத்திருந்தது போலச் செயல்படத் தொடங்கினர். கப்பலின் மொத்தக் கட்டுப்பாடும் எஞ்சின் அறைக்கு மாற்றப்பட்டது. மாலுமிகளில் பெரும் பாலானோர் பாதுகாப்பான அறைகளில் போய் ஒளிந்து கொண்டனர். கேப்டன் ஃபிலிப்ஸூம் வேறுசில மாலுமிகளும் கொள்ளையர்களுடன் பேச்சுவார்த்தையில் ஈடுபட்டனர்.

கப்பல் கட்டுப்பாட்டு அறை செயலிழந்துபோனது தெரிந்ததும், கொள்ளையர்கள் கடும் கோபம் கொண்டனர். மாலுமிகளைச் சுட்டுக் கொன்றுவிடுவோம் என்று மிரட்டினர். நிலைமையின் அபாயத்தை உணர்ந்த ஒரு வங்காள மாலுமி தந்திரமாகப் பேசி கொள்ளையர்களின் கவனத்தை திசைதிருப்பினார்.

'நானும் முஸ்லிம், நீங்களும் முஸ்லிம். நமக்குள்ள எதுக்கு தகராறு? வாங்க! நான் உங்களை எஞ்சின் அறைக்குக் கூட்டிட்டு போறேன். அங்கேயிருந்து கப்பலை உங்களால கட்டுப்படுத்த

முடியும்' என்று ஆசை வார்த்தை சொல்லி ஒரு கொள்ளையனை மட்டும் தன்னுடன் அழைத்துக் கொண்டு கப்பலின் உட்புறத் துக்குச் சென்றார்.

எஞ்சின் அறையை அடைந்தவுடன் மற்றொரு மாலுமியுடன் சேர்ந்து கொள்ளையனைத் தாக்கிக் கட்டிப் போட்டார். கொள்ளையடிக்க வந்தவன் பணயக்கைதியாகிவிட்டான்.

பிடிபட்ட கொள்ளையனை விடுவிக்க வேண்டுமானால், கொள்ளையர்கள் அனைவரும் கப்பலைவிட்டு உடனே வெளியேற வேண்டுமென்று கேப்டன் ஃபிலிப்ஸ் கொள்ளையர் களிடம் கூறினார். அவர்களும் வேறு வழியின்றி ஒத்துக் கொண்டனர்.

கொள்ளையர் வந்த படகு அலபாமா கப்பலுடன் மோதியபோது மூழ்கிவிட்டிருந்ததால் அவர்களுக்கு ஒரு சிறு படகைக் கொடுக்க, ஃபிலிப்ஸ் ஒப்புக்கொண்டார். அந்தப் படகு கடலில் இறக்கப்பட்டது. கொள்ளையர்கள் அனைவரும் அதில் ஏறிக் கொண்டனர். ஆனால், ஏறியவர்கள் கொடுத்த வாக்குப்படி நடந்து கொள்ளாமல் கேப்டன் ஃபிலிப்ஸை துப்பாக்கி முனை யில் தங்களுடன் கடத்திச் சென்றனர்.

என்ன செய்வதென்று தெரியாமல், அலபாமா கப்பல் மாலுமிகள் அமெரிக்க கப்பல் படைக்கு உதவிகேட்டுத் தகவல் அனுப்பினர். இந்தியப் பெருங்கடலில் ரோந்துசெய்து கொண்டிருந்த பெயின்ஸ் பிரிட்ஜ் போர்க் கப்பல் அவர்களது உதவிக்கு வந்தது.

பணயக் கைதியோடு தப்பிக்க முயன்ற கொள்ளையர்களது படகை மடக்கியும் விட்டது பெயின்ஸ் பிரிட்ஜ் போர்க் கப்பல். ஆனால், அவர்களை நெருங்குவது அத்தனை சுலபமானதாக இல்லை. தங்களைக் கைதுசெய்ய முயன்றால், கேப்டனை கொன்று விடுவோம் என்று கொள்ளையர்கள் மிரட்டினார்கள்.

மூன்று நாள்கள் கொள்ளையர்களை அந்தப் பக்கம் இந்தப் பக்கம் நகரவிடாமல், மடக்கி வைத்திருந்தது போர்க் கப்பல். கொள்ளையர் படகில் பெட்ரோல் தீர்ந்து போயிருந்தது. அதை, பெயின்ஸ் பிரிட்ஜ் கயிறுகட்டி இழுத்தபடிச் சுற்றிவந்தது. அதே சமயம், கொள்ளையர் படகை விமானியில்லாத தானியங்கி விமானங்கள் மூலமாக அமெரிக்க கடற்படை இடைவிடாது கண்காணித்து வந்தது.

கேப்டனை விடுவிக்க, கொள்ளையர்களிடம் அமெரிக்க அதிகாரிகள் பேச்சுவார்த்தை நடத்தினர். கொள்ளையர்கள் முப்பது லட்சம் அமெரிக்க டாலர்கள் (சுமார் பதினைந்து கோடி ரூபாய்) பணயத் தொகையாகக் கேட்டார்கள்.

இந்தப் பேச்சுவார்த்தைகள் நடந்து கொண்டிருந்தபோதே கொள்ளைச் சம்பவத்தைப் பற்றிய செய்தி பன்னாட்டு தொலைக் காட்சிகளிலும் பத்திரிக்கைகளிலும் வெளியாகி பெரும் பரபரப்பை ஏற்படுத்தியது. உலகமக்களின் பார்வை இந்தியப் பெருங்கடலில் மிதந்த அந்தச் சிறிய கொள்ளையர் படகை நோக்கித் திரும்பியது.

நாலு நாள்கள் ஆகியும் கொள்ளையர்களுக்கும் அமெரிக்க அதிகாரிகளுக்கும் இடையில் நடந்த பேச்சுவார்த்தையில் எந்த முன்னேற்றமும் இல்லை. அமெரிக்க அதிபர் பராக் ஒபாமா கேப்டனின் உயிருக்கு ஆபத்து ஏற்பட்டால், கொள்ளையர்களைச் சுட்டுக் கொன்றாவது கேப்டனைக் காப்பாற்றும்படி உத்தர விட்டார். அமெரிக்க கப்பல் படையின் கமாண்டோ வீரர்கள் கொள்ளையர் படகைத் தாக்கத் தயாரானார்கள்.

ஏப்ரல் 12 ஆம் தேதி இரவு. கொள்ளையர் படகைக் கண் காணித்துக்கொண்டிருந்த அமெரிக்க கமாண்டோ துப்பாக்கி வீரர்கள் (snipers) கொள்ளையர்களது நடவடிக்கையில் மாற்றங் கள் இருந்ததைக் கண்டனர். நாலு நாள்கள் தொடர்ந்து கடலில் இருந்ததால், கொள்ளையர்கள் சோர்வடைவது நன்றாகத் தெரிந்தது.

இந்த இழுபறிநிலை மேலும் நீடித்தால் கொள்ளையர்கள் கேப்டனைக் கொலை செய்து விடுவார்கள் என்பதும் தெரிந்தது. கொள்ளையரைக் கொல்ல உத்தரவிடப்பட்டது. கணநேரத் துக்குள் மூன்று கொள்ளையர்களின் தலைகள் வெடித்துச் சிதறின. நான்காவது கொள்ளையன் குண்டடிபட்டு உயிர்தப்பினான். கேப்டன் ஃபிலிப்ஸ் காப்பாற்றப்பட்டார்.

நான்கு நாள்களாக நடந்துவந்த கடத்தல் நாடகம் ஒருவழியாக முடிவுக்கு வந்தது. பிடிபட்ட கொள்ளையனுக்கு பதினெட்டு வயதுகூட ஆகவில்லை. இந்தச் சின்னப் பையன்தான், ஒரு பரப்பரப்பான கடத்தலுக்குக் காரணம் என்பதை யாராலும் நம்ப முடியவில்லை.

இதுபோல பல கொள்ளைச் சம்பவங்கள் இன்றும் சோமாலியாவின் கடற்கரையோரமாக நடந்துகொண்டிருக்கின்றன. தாக்கப்பட்ட கப்பல்கள், கடத்தப்பட்ட மாலுமிகள் பற்றிய செய்தி நாள்தோறும் செய்தித்தாள்களிலும், தொலைக்காட்சிகளிலும் வந்து கொண்டிருக்கின்றன.

யார் இவர்கள்? எங்கிருந்து வந்தார்கள்? இப்போதுதான் கடல் கொள்ளையர்களின் அட்டகாசம் ஆரம்பித்திருக்கிறதா? இல்லை. பல ஆயிரம் ஆண்டுகளுக்கு முன்பே அவர்கள் தோன்றி விட்டனர். உலகெங்கும் அவர்களால் பாதிக்கப்படாத நாடோ, நாகரிகமோ இருந்ததில்லை என்றுகூடச் சொல்லலாம்.

கடல் கொள்ளையர்கள் எப்படி உருவானார்கள்? அவர்களை எதிர்கொள்ள சமூகம் என்ன செய்தது?... இப்படி எத்தனையோ கேள்விகளும், அதற்கான பதில்களும் இந்தப் புத்தகத்தில் உள்ளன. இது ஆராய்ச்சிப் புத்தகம் அல்ல. பல ஆயிரம் ஆண்டு கால கடல் கொள்ளையர் வரலாற்றைச் சுருக்கமாகச் சொல்ல முயலும் ஒருமுயற்சி.

2
ஆதி கொள்ளையர்கள்

கடலில் கப்பல் போகத் தொடங்கிய காலத்திலேயே கடல் கொள்ளையும் தொடங்கிவிட்டது. கிறிஸ்து பிறப்பதற்கு முன்னால், பல நாகரீகங்களால் தழைத்துச் செழித்திருந்த பண்டைய தேசங்கள்கூடக் கடல் கொள்ளையரால் பாதிக்கப்பட்டிருந்தன.

வேதங்களிலும் பழைய புராணங்களிலும்கூட சரஸ்வதி ஆற்றில், கொள்ளையர்கள் கப்பல் போக்குவரத்துக்கு அச்சுறுத்தலாக இருந்தது குறிப்பிடப்பட்டுள்ளது. இதேபோல பண்டைய எகிப்து, கிரேக்க வரலாறுகளிலும் கொள்ளையர்கள் பற்றியச் செய்திகள் குறிப்பிடப்பட்டுள்ளன.

எகிப்தில் கொள்ளையர் தாக்குதல் பற்றிய முதல் செய்தி, கி.மு. 1350-ல் பேரரசர் அக்னாடென் ஆட்சிக்காலத்து களிமண் பலகையில் குறிப்பிடப்பட்டுள்ளது. 'கடல்மக்கள்' (sea people) என்று எகிப்து அதிகாரிகளால் அழைக்கப்பட்ட இக்கொள்ளையர்கள் மத்திய தரைக்கடல் பகுதியில் ஒரு

புதிய கூட்டமைப்பை உருவாக்கி, அருகிலுள்ள நாடுகளைத் தாக்கத் தொடங்கினர்.

இவர்கள் எங்கிருந்து வந்தார்கள் என்று இன்னும் வரலாற்றாளர் களால் உறுதியாகக் கூறமுடியவில்லை. அடுத்த இருநூறு ஆண்டுகளுக்கு எகிப்து, கிரேக்கம், ஹிட்டைட், மைசீனியா, மிட்டானி ஆகிய தேசங்கள் இவர்களது தாக்குதல்களுக்கு உள்ளாகின.

இவற்றில் பல அவர்களது அதிரடித் தாக்குதலைத் தாங்க இய லாமல் நிலைகுலைந்து போயின. ஏனென்றால் இவர்கள் கப்பல்களைக் கொள்ளையடிப்பதோடு நிறுத்திக் கொள்ள வில்லை. நாடுகள்மீது படையெடுத்து நகரங்களையும் தாக்கத் தொடங்கினர்.

வரலாற்றில் 'வெண்கலக் காலம்' என அழைக்கப்படும் காலத் தின் இறுதியில், பல வெண்கல கால நாகரீகங்கள் அழிய இந்தப் படையெடுப்புகளே காரணம் என்று வரலாற்றாளர்கள் கருது கிறார்கள். அப்படி வீழ்ந்த பேரரசுகளுள் ஹிட்டைட், மைசீனியா, மிட்டானி ஆகியவை அடக்கம்.

எகிப்து பேரரசர் மூன்றாவது ராம்சேஸின் களிமண்வெட்டு ஒன்று 'அவர்களது (கொள்ளையர்களது) ஆயுதங்களுக்கு முன்னால், அனைத்து நாடுகளும் சிதறிப்போயின. யாராலும் தாக்குப் பிடிக்க முடியவில்லை' என்று கூறுகிறது. மற்ற தேசங்களை அழித்த பிறகு கடல்மக்களின் கவனம் எகிப்து பேரரசின் மீது திரும்பியது.

கி.மு. பதினோறாம், பன்னிரண்டாம் நூற்றாண்டுகளில் எகிப்தை அழிக்க அவர்கள் பெரும்பாடுபட்டனர். மூன்றாவது ராம்சேஸின் ஆட்சி காலத்தில்தான் அவர்களது தாக்குதல் கடுமையாக இருந்தது.

நைல்நதி முகத்துவாரத்தில் பல ஆண்டுகள் தொடர்ந்து நடந்த யுத்தத்தின் இறுதியில் ராம்சேஸ், அவர்களைத் தோற்கடித்து எகிப்தைக் காப்பாற்றினார். தோல்வியடைந்த பின்னும் பல ஆண்டுகள் அவர்கள் எகிப்து கடற்கரையோரங்களில் கப்பல் களைத் தாக்கித் தொந்தரவு கொடுத்து வந்தனர்.

இந்த கடல்மக்களின் படையெடுப்புக்குப் பின்னர் மத்திய தரைக் கடல், கடல் கொள்ளையரின் கூடாரமாக மாறிப்போனது. அடுத்த

ஆயிரம் ஆண்டுகளுக்கு மத்திய தரைக் கடலின் பல தீவுகள் கொள்ளையர்களின் தலைமையிடங்களாகச் செயல்பட்டன. எகிப்து பேரரசின் பலம் குறைந்து போனதும் அவர்களுக்குச் சாதகமாகப் போனது.

கிரேக்க நாகரீகம் தழைத்து கிரேக்க நாடுகளின் பலம் பெருகிய பின்னரும் மத்தியத்தரைக் கடல் கொள்ளையர்களின் அட்டகாசங்கள் அடங்கவில்லை. சொல்லப்போனால் கிரேக்க நாடுகளின் எழுச்சி, கடல் கொள்ளையர்களின் வளர்ச்சிக்குத் தூண்டுகோலாக இருந்தது.

கிரேக்க நாடுகளிடையே ஒற்றுமை கிடையாது. அவர்களுக்குள் பல கோஷ்டிகளும் கூட்டணிகளும் இருந்தன. கிரேக்கர்களின் உட்பகையும், அடிக்கடி நடந்த போர்களும் மேலும் பலர் கொள்ளையர்களாவதை ஊக்குவித்தன. போரிடும் கூட்டணிகள் அடிக்கடி மாறிக்கொண்டே இருந்ததால் கொள்ளையர்களுக்கு வேலை எளிதாகிவிட்டது.

ஒரு நாட்டின் வர்த்தகக் கப்பல்களைத் தாக்கிக் கொள்ளையடித்து விட்டு, அதன் எதிரிநாட்டு துறைமுகத்தில் பத்திரமாக அவர்களால் பதுங்கிக்கொள்ள முடிந்தது. கிரேக்க சமுதாயத்தில் கடற்கொள்ளை என்பது அன்றாடம் நடைபெறும் நிகழ்ச்சியாகிப் போனது. சண்டையிடும் நாடுகள், கொள்ளையர்களைக் கூலிப்படைகளாகப் பயன்படுத்திக்கொண்டன.

சில நாடுகளின் கடற்படை தளபதிகள் போரில்லாத காலத்தில் பகுதிநேரக் கொள்ளையர்களாகப் (!) பணிபுரிய ஆரம்பித்தனர். கைச்செலவுக்குக் காசில்லையென்றால், அரசாங்க அதிகாரிகள் கூட கப்பல்களைக் கடத்தி, மாமூல் வசூலிக்கத் தொடங்கினர்.

உலகத்துக்கே ஜனநாயகமுறையை பிரபலப்படுத்திய ஏதென்ஸ் நகர அதிகாரிகள் கூட இப்படி பகுதிநேர அடாவடியில் ஈடுபட்டதைப் புகழ்பெற்ற ஏதென்ஸ் பேச்சாளர் டெமஸ்தனீஸ் பதிவு செய்துள்ளார். இப்படி சட்டஒழுங்கை நிலைநாட்ட வேண்டியவர்களே கொள்ளைத் தொழிலை ஊக்குவித்ததால் ஏஜியன் கடல், ஏட்ரியாட்டிக் கடல் பகுதிகள் கொள்ளையர்களின் விளையாட்டுத் திடல்களாக மாறிப்போயின.

இல்லிரீயா, சிலிசீயா போன்ற தீவுதேசங்கள் கொள்ளையடிப்பதையே முழுநேரத் தொழிலாகக் கொண்டிருந்தன. அதேபோல

சிசிலி தீவும் கடல் கொள்ளையர்களுடைய கோட்டையாக மாறிப்போனது. இவர்கள் கடலில் கொள்ளையடிப்பதோடு நிறுத்திக் கொள்ளாமல் பன்னாட்டு அரசியலிலும் தங்கள் மூக்கை நுழைக்கத் தொடங்கினர்.

பாரசீகப் பேரரசர் இரண்டாம் செர்க்சீஸ் கிரேக்க நாடுகளின் மீது படையெடுத்தபோது அவரது கப்பல் படையில் கொள்ளையர்கள் இடம்பெற்றிருந்தனர் என்று வரலாற்றுக் குறிப்புகள் கூறு கின்றன. கொள்ளையர்களது அரசியல் தலையீடுகளே அவர் களுக்குப் பின்னால் வினையாகிப் போயின.

ஒற்றுமையில்லாத கிரேக்க நகர-நாடுகளை (City States) எளிதாக ஏய்த்துப் பிழைத்துவந்த அவர்களது வித்தைகள் ரோமக் குடியரசிடம் பலிக்கவில்லை. மத்திய தரைக் கடல் பகுதியில் ரோமக் குடியரசின் ஆதிக்கம் ஓங்கத் தொடங்கியவுடன் கொள்ளையர்கள் பலம் குறையத் தொடங்கியது

ரோமக் குடியரசாலும் கொள்ளையர் பிரச்னையை ஒரேயடியாகத் தீர்க்க முடியவில்லை. ரோம் ஒரு நிலம் சார்ந்த நாடு. ரோமப் படையின் பலமே அதன் காலாட்படை வீரர்கள் தாம். ரோம மக்கள் இயற்கையிலேயே நல்ல மாலுமிகள் இல்லை என்பதால், அவர்களது கப்பல் படையும் அவ்வளவு பலம் வாய்ந்ததாக இல்லை. இதனால் ரோமக் குடியரசு தன் முழுபலத்தையும் கொள்ளையர் மேல் பிரயோகம் செய்யப் பல ஆண்டுகளாயின.

இல்லிரியக் கொள்ளையர்களைத்தான் ரோமக் குடியரசு முதலில் குறிவைத்தது. கி.மு. 229ஆம் ஆண்டு தொடங்கிய ரோம் - இல்லிரியா போர், கிட்டத்தட்ட அறுபது ஆண்டுகள் நீடித்தது. மூன்று முறை ரோமப்படைகள் இல்லிரியா மீது படை யெடுத்தன. கொஞ்சம் கொஞ்சமாக இல்லிரிய தீவுகள் ரோமின் கட்டுப்பாட்டில் வந்தன.

கி.மு. 168-ல் நடைபெற்ற இறுதிப் போரில், இல்லிரியா முழுவதும் கைப்பற்றப்பட்டு ரோம குடியரசின் மாகாணமாக மாறியது. இந்தக் காலகட்டத்தில், ரோம், கார்த்தேஜ் பேரரசுடன் போரிட்டுக் கொண்டிருந்ததால் கொள்ளையர் தீவுகளின் மீது தனிக் கவனம் செலுத்தமுடியவில்லை. மற்ற கொள்ளையர்களை உடனே அழிக்க அதனால் முடியவில்லை.

இல்லிரியா வீழ்ந்த பின்னும் சிலிசீயக் கொள்ளையர்கள் சுதந்தரமாக செயல்பட்டு வந்தார்கள். அடுத்த நூறாண்டு களுக்கு ரோமின் கவனம் உள்நாட்டு விவகாரங்களாலும், நிலப்போர்களாலும் திசை திரும்பியதை நன்கு பயன்படுத்திக் கொண்டனர்.

இந்தக் காலகட்டத்தில் மத்திய தரைக் கடல் பகுதியில் வலிமை யான கடற்படை கொண்ட நாடுகள் எதுவும் இல்லையென்பதும் அவர்களுக்குச் சாதகமாகப் போனது. சிலீசியக் கொள்ளையரை எளிதாகக் கட்டுப்படுத்தக் கூடிய கார்த்தேஜ் பேரரசையும் ரோம குடியரசு அழித்துவிட்டதால், கொள்ளையரைத் தட்டிக்கேட்க ஆளில்லாமல் போனது. ரோமுக்கும் கார்தேஜுக்கும் எலி-பூனை உறவு. ஒரு உறையில் இரு கத்திகள் இருக்க முடியாது என்பது போல மத்தியத்தரைக் கடலை ஆள இரு வல்லரசுகளும் மோதிக்கொண்டன.

நூறாண்டுகள். மூன்று பெரும் போர்கள். இறுதியில் ரோம் வென்றது. கார்தேஜ் தரைமட்டமாக்கப்பட்டது. கார்தேஜ் வீழ்ந்த பின் மத்திய தரைக் கடலில் பலமான கப்பல்படை இல்லாமல் போனது. வென்ற ரோமக் குடியரசின் கடல் படைக்குக் கொள்ளையரை அடக்கத் திராணியில்லை. சிலீசியா மட்டுமன்றி க்ரீட்தீவும் கொள்ளையர்களது கட்டுப்பாட்டுக்குள் வந்தது.

ஆரம்பத்தில் கடலில் கொள்ளையடிப்பதைவிட அடிமை வியாபாரம் செய்வது, கொள்ளையர்களுக்கு முக்கியத் தொழி லாக இருந்தது. அக்காலத்தில் ரோமக் குடியரசுதான் அடிமை வியாபாரத்துக்குப் பெரிய சந்தை. ரோமின் பண்ணைத் தோட்டங்களில் வேலை செய்யத் தேவைப்பட்ட பல்லாயிரக் கணக்கான அடிமைகளை, கொள்ளையர்கள் சப்ளை செய்து வந்ததால் கொஞ்ச காலத்துக்கு ரோமும் கொள்ளையர்களது மற்ற நடவடிக்கைகளைக் கண்டுகொள்ளாமல் இருந்தது.

அடிமை தொழிலில் கிடைத்த லாபத்தினால் கொள்ளையர்களது பலமும் ஆதிக்கமும் பெருகத் தொடங்கின. பல தீவுகள் அவர்களது கட்டுப்பாட்டுக்குள் வந்தன. மேலும், பல நாடுகளின் உள்நாட்டு அரசியலிலும் அவர்கள் தலையிடத் தொடங்கினர்.

நாளுக்கு நாள் கொள்ளையர்களின் அட்டகாசம் அதிகமாகி, ரோமின் வர்த்தகம் பெரிதளவில் பாதிக்கப்பட்டது. இத்தாலிய

தீபகற்பத்தில் அமைந்திருந்த ரோம் குடியரசுக்கு உணவு தானியங்கள் எகிப்திலிருந்து இறக்குமதி செய்யப்பட்டன. தானியங்களை ஏற்றி வரும் கப்பல்களை கொள்ளையர்கள் குறிவைக்கத் தொடங்கியதால் ரோமில் உணவுப் பொருள்களின் விலைவாசி எகிறியது.

ரோமின் ஆளும் வர்க்கம் கொள்ளையர்களால் தங்கள் குடியரசுக்கு ஏற்பட்டுள்ள அபாயத்தை உணர்ந்துகொண்டது. ஆனால் உள்நாட்டுப் போர்களால் பாதிக்கப்பட்டிருந்த குடியரசால் தனது முழுபலத்தையும் கொள்ளையர்களுக்கு எதிராகத் திருப்ப முடியவில்லை. இதனால் மேலும் தைரியமடைந்த கொள்ளையர்கள் ரோமின் உள்நாட்டு விவகாரங்களிலும் தலையிடத் தொடங்கினர்.

ரோம் செனட்டுக்கு எதிராக புரட்சி செய்த க்விண்டஸ் செர்டோரியஸ் என்ற படைத் தளபதிக்கு பகிரங்கமாக ஆதரவளிக்கவும் தொடங்கினர். கிரீஸ், ஆசிய மைனர் போன்ற ரோம மாகாணங்கள் கொள்ளையர்களின் தாக்குதலுக்கு ஆளாயின.

அவர்களது தாக்குதல்களை எதிர்த்து ரோம் ஒன்றும் செய்யாததால் தைரியமடைந்த கொள்ளையர்கள், அதிகாரிகளைக் கடத்தி பணம்பறிக்கத் தொடங்கினர். ரோம் என்றால் அவர்களுக்கு இளக்காரமாகப் போனது. தங்களிடம் மாட்டும் ரோம் குடி மக்களை எள்ளிநகையாடி சித்திரவதை செய்தனர். ரோமக் குடியரசால் தங்களை ஒன்றும் செய்துவிட முடியாது என்று அவர்கள் தப்புக்கணக்குப் போட்டனர்.

ரோமின் செனட்டர்களில் (நாடாளுமன்ற உறுப்பினர்) ஒருவரைக் கடத்திச்செல்லும் அளவுக்கு அவர்கள் துணிந்தனர். ஆனால் கடத்தப்பட்ட செனட்டரே அவர்களுக்கு எமனாக அமைந்தார். அவர், வரலாற்றில் அழியாத இடம் பிடித்த ஜூலியஸ் சீசர்.

கி.மு. 78-ல் ரோட்ஸ் தீவுக்கு சீசர் கடல் வழியாகச் சென்றார். அப்போது அவர் ஒரு ஜூனியர் செனட்டர். அவர் சென்ற கப்பலை கடல் கொள்ளையர்கள் தாக்கி, கைப்பற்றினார்கள். அந்தக் கப்பலில் செனட்டர் ஒருவர் இருப்பதைப் பார்த்து, கொள்ளையர்கள் உற்சாகத்தில் குதித்தார்கள்.

சீசரை சிறைபிடித்து, தங்களது இடத்துக்குக் கொண்டு சென்றனர். அவரை விடுதலை செய்யவேண்டுமென்றால் பணயத் தொகையாக இருபது டேலன்ட் (சுமார் 600 கிலோ) தங்கம் தரவேண்டுமென்று ரோமுக்கு ஒரு செய்திக் குறிப்பை எழுதி, அனுப்பவும் தயாரானார்கள்.

இதைப் பார்த்துக்கொண்டிருந்த சீசர், 'ஒரு ரோம செனட்டரின் விலையைக் குறைத்து மதிப்பிட்டுவிட்டீர்கள். என்னைப் போன்ற திறமையான ஆளுக்கு அதிக பணயத்தொகை கிடைக்கும். ஐம்பது டேலன்ட் (சுமார் 1500 கிலோ) தங்கம் கேளுங்கள்!' என்று கொள்ளையர்களை உசுப்பேற்றிவிட்டார்.

அவர் சொன்னதுபோலவே கொள்ளையர்கள், பணயத் தொகையாக ஐம்பது டேலன்ட் தங்கம் கேட்டார்கள். கிடைத்தது. தங்களுக்கு அதிகப் பணம் கிடைக்க வழிசெய்த சீசரின் மீது கொள்ளையர்களுக்கு பிரியம் ஏற்பட்டது. இவ்வளவு நல்லவராக இருக்கிறாரே என்று வியந்து போனார்கள். தங்களுக்கு ஆப்பு வைக்கத்தான் சீசர் அப்படிச் செய்திருக்கிறார் என்பதை அவர்கள் உணரவில்லை.

கொள்ளையர்கள் தீவில் இருந்த சீசர் சும்மா இருக்கவில்லை. அவர்களது தீவு முழுவதையும் ஒரு இண்டு இடுக்கு விடாமல், சுற்றிப் பார்த்தார். பாதுகாப்பு ஏற்பாடுகளை நன்கு தெரிந்து கொண்டார். பணயத்தொகை வந்து சேர்ந்து, விடுதலை ஆனதும், நேராக ரோம கடல்படை அதிகாரிகளிடம் சென்றார்.

'கொள்ளையர்கள் என்னைப் பிடித்து வைத்திருந்த தீவுக்குப் போகும் வழி எனக்குத் தெரியும். ஒரு சிறிய கப்பல் படையைக் கொடுங்கள். கொள்ளையர்களை ஒழித்து விடுகிறேன்' என்று சொன்னார். சீசரின் மன உறுதியைப் பார்த்து வியந்து போனார்கள் கடற்படை அதிகாரிகள். அவர் கேட்டபடியே சில போர்க் கப்பல்களைக் கொடுத்து அவரை வழியனுப்பி வைத்தார்கள்.

போர்க் கப்பல்களோடு கிளம்பினார் சீசர். தான் சிறையிருந்த தீவுக்குப் போனார். தாக்கினார். கொள்ளையர்களது பாதுகாப்பு உத்திகளை ஏற்கெனவே தெரிந்து வைத்திருந்ததால் அவரால் எளிதாக அவர்களைத் தோற்கடிக்க முடிந்தது. போரில்

ஜெயித்ததும், பிடிபட்ட கொள்ளையர்கள் அனைவருக்கும் மரணதண்டனை விதித்து, சிலுவையில் அறைந்து கொல்லச் சொன்னார்.

அதோடு அவர் நிற்கவில்லை. தனது சக செனட்டர்களிடம் கொள்ளையர்களைக் கூண்டோடு அழிக்க வேண்டிய அவசியத்தை அடிக்கடி வலியுறுத்திக் கொண்டிருந்தார்.

கொள்ளையர்களை ஒழிக்கும் பணியை, ரோம் செனட் சபை, அப்போது, சீசரின் நண்பராக இருந்த, பின்னாளில் எதிரி யாக மாறிய, தளபதி போம்பேயிடம் ஒப்படைத்தது. அது ரோமில் பல ஆண்டுகள் நடந்த உள்நாட்டுப் போர் ஓய்ந்திருந்த காலம். கையஸ் மாரியஸ், சுல்லா போன்ற சர்வாதிகாரிகளின் பிடியில் சிக்கி மீண்டிருந்த ரோமின் செனட்டர்கள் மீண்டும் ஒரு சர்வாதிகாரி உருவாகி விடுவார் என்ற அச்சத்தில் போம்பேவுக்கு படைகளையும் அதிகாரங்களையும் வழங்க முதலில் தயங்கினர்.

பல மாதங்கள் விவாதத்துக்குப் பிறகு லெக்ஸ் கபினியா என்ற புதிய சட்டம் ரோமன் செனட்டால் இயற்றப்பட்டது. இதன் மூலம் போம்பேக்கு கொள்ளையர்களை ஒழிக்கத் தேவையான படைபலமும், அதிகாரமும் வழங்கப்பட்டது. 1,20,000 காலாட் படைவீரர்களும், 5,000 குதிரைப்படையினரும், 500 போர்க் கப்பல்களும் கொண்ட ஒரு பெரும்படை கொள்ளையர்களை ஒழிக்கத் தயார் செய்யப்பட்டது.

அந்தப் பெரும்படைக்குத் தளபதியாக போம்பே நியமிக்கப் பட்டார். ஜிப்ரால்டர் முதல் துருக்கிவரை மத்தியத்தரைக் கடல் பிரதேசம் முழுவதும் கொள்ளையர்களை ஒடுக்க அவருக்கு அதிகாரம் வழங்கப்பட்டது.

கொள்ளையர்களை அழிக்க ரோம் சரியான ஆளைத்தான் தேர்வு செய்திருந்தது. போம்பேவுக்கு அப்போது முப்பத் தொன்பது வயது. சிறுவயதிலேயே ராணுவத் திறமையை நிரூபித்திருந்தவர். இருபது ஆண்டுகளுக்கு மேலாகத் தான் ஈடுபட்ட போர்களிலெல்லாம் வென்று ‘சிறந்த தளபதி’ என்று பெயரெடுத்தவர்.

ரோம், தங்களைக் கூண்டோடு அழிக்க முடிவு செய்துவிட்டது என்கிற தகவல் கொள்ளையர்களுக்குக் கிடைத்தது. அவர்கள், பேசாமல் சரணடைந்திருக்கலாம். அல்லது, ரோமின் அதிகாரம்

செல்லுபடியாகாத இடங்களுக்குத் தப்பிச் சென்றிருக்கலாம். அவர்களுடைய கெட்ட நேரம், அவர்கள் போம்பேயின் படையை எதிர்த்து மோத முடிவுசெய்தனர். போம்பேயின் போர்த்திறமையை அவர்கள் குறைத்து மதிப்பிட்டுவிட்டார்கள்.

செனட்டின் அனுமதி கிடைத்ததும் போம்பே தன் படைகளை நகர்த்தத் தொடங்கினார். முதல் காரியமாக, மத்திய தரைக் கடலை கிழக்கு, மேற்கு என்று இரு பெரும் பிரிவுகளாகப் பிரித்தார். முதலில், மேற்குப்பகுதியில் தன் கவனத்தைச் செலுத்தினார்.

போம்பேயின் படை மத்திய தரைக் கடலின் மேற்கு ஓரத்தில் (தற்காலத்தில் ஜிப்ரால்டர் என்றழைக்கப்படும் பிரதேசம்) தொடங்கி மேற்கு நோக்கி மெல்ல நகரத் தொடங்கியது. தரைப்படையினரும் மத்திய தரைக் கடலின் இருகரைகளிலும் முன்னேறத் தொடங்கினர்.

எதிர்ப்பட்ட கொள்ளையர் கப்பல்களும் தளங்களும் தகர்க்கப் பட்டன. ஆயிரக்கணக்கான கொள்ளையர்கள் கொல்லப் பட்டனர். நாற்பது நாள்களுக்குள் மேற்கு மத்திய தரைக் கடல் கொள்ளையரின் ஆதிக்கத்திலிருந்து மீட்டெடுக்கப்பட்டது. கொள்ளையரது தளங்கள் தீக்கிரையாக்கப்பட்டன.

மேற்குப்பகுதியிலிருந்த கொள்ளையரை ஒழித்த பின்னர், போம்பேயின் படை அதே பாணியில், கிழக்குப் பகுதியில் முன்னேறத் தொடங்கியது. நிலைமையின் தீவிரத்தை உணர்ந்த கொள்ளையர் சிலர் போம்பேயிடம் சரணடைந்தனர். அவர் களுக்குப் பொது மன்னிப்பு வழங்கியதன் மூலம், எஞ்சியுள்ள கொள்ளையர் தளங்களைப் பற்றிய செய்திகளை அவர்களிட மிருந்து போம்பேயால் தெரிந்துகொள்ள முடிந்தது.

பொறியில் அகப்பட்ட எலிகளைப் போல கொள்ளையர்கள் போம்பேயின் படைகளிடையே சிக்கிக் கொண்டனர். நேரடி யாக எதிர்த்துப் போரிட்ட இடங்களிலெல்லாம் ரோமப் படை களால் முறியடிக்கப்பட்டனர்.

போர் தொடங்கி மூன்று மாதங்களுக்குள், எஞ்சியிருந்த அனைத்து கொள்ளையர்களையும் ரோமப்படை மத்திய தரைக் கடலின் கிழக்குக் கரையில் சுற்றி வளைத்து அழித்து விட்டது. அதோடு மத்திய தரைக் கடல் பகுதியில் கொள்ளையரின்

கொட்டம் அடங்கியது. அடுத்த எண்ணூறு ஆண்டுகளுக்கு அந்தப் பகுதி, கடல் கொள்ளையர் தொந்தரவற்றதாக இருந்தது.

அதற்குப் பிறகு, ரோமப் பேரரசு வலுவிழந்துகொண்டிருந்த காலத்தில், வடக்கிலிருந்த ஒரு பெரும் கொள்ளை கூட்டத்தின் பார்வை ஐரோப்பா பக்கம் திரும்பியது. கொள்ளையடிப்பது எப்படி என்று பிற்காலச் சமுதாயத்துக்குப் புதிய இலக்கணமே வகுத்துத் தந்தவர்கள் அவர்கள். அவர்களை 'வைக்கிங்குகள்' என்று அழைத்தார்கள்.

3
கொல், கொள்ளையடி, கூடி வாழ்!

கடல் கொள்ளையரென்றால் கடலில் மட்டும்தான் கொள்ளையடிக்கலாம் என்று விதி இருக்கிறதா என்ன? 'கடல் வழியாக வந்து, நாட்டுக்குள் புகுந்து கொள்ளையடித்தாலும் நாங்கள் கடல் கொள்ளையர்கள்தான்' என்கிறார்கள் வைக்கிங்குகள்.

பூமி உருண்டையின் மேல் பகுதியில், வடக்கே, வருடத்தில் பெரும்பகுதி பனியால் உறைந்து கிடக்கும் ஆர்க்டிக் பிரதேசங்களில் ஒரு பகுதிதான் ஸ்கேண்டிநேவியா. தற்காலத்தில் ஐக்கியநாடுகள், செஞ்சிலுவைச் சங்கம் போன்ற சர்வதேசக் குழுமங்களிலும், சண்டை நடக்கும் இடங்களில் சமாதானத்துக்கு முதல் ஆளாக முயற்சிக்கும் நார்வே, ஸ்வீடன், ஃபின்லாந்து, டென்மார்க் போன்ற நாடுகளின் முன்னோடிகள்தான் வைக்கிங் அரசுகள்.

இப்போது அமைதியாக, அழகாக, அனைவரும் வாழ விருப்பப்படும் நாடுகளாக இருக்கும் ஸ்காண்டிநேவியா தான் கி.பி. ஒன்பதாம் நூற்றாண்டில்

ரத்த வெறிபிடித்த வைக்கிங் வீரர்களின் தாயகமாக இருந்தது. ரோமப் பேரரசு ஓய்ந்து போயிருந்த காலம் அது. ஐரோப்பாவில் குறிப்பிடத்தக்க வல்லரசு ஏதுமில்லை. இந்தச் சமயத்தில்தான் புயலென வந்து இறங்கி ஐரோப்பிய கண்டத்தையே ஒரு கலக்கு கலக்கினர் வைக்கிங்குகள்.

வைக்கிங்குகள் ஒரு ஊரைத் தாக்கினால், அதில் ஒரு ஈ, காக்கை கூட உயிருடன் மிஞ்சாது. அவ்வளவு மூர்க்கம், வேகம். இங்கிலாந்து முதல் தற்கால துருக்கி வரை கடற்கரையைக் கொண்ட அனைத்து நாடுகளுமே வைக்கிங் என்றால் நடுநடுங்கின.

எங்கிருந்து வந்தார்கள் இவர்கள்? ஏன் கொள்ளை என்றால் அவர்களுக்கு இவ்வளவு பிரியம்? இக்கேள்விகளுக்கு பதில் ஸ்கேண்டிநேவியாவின் புவியமைப்பில் உள்ளது.

வருடத்தில் பல மாதங்கள் பனி சூழ்ந்திருப்பதால், அங்கே விவசாயம் சரிவரச் செய்ய முடியாது. சூரிய ஒளி கிடைக்கும் சில மாதங்களில் விளையும் பயிர்கள் ஒரு வேளை கஞ்சிக்குக்கூடக் காணாது. வர்த்தகம் செய்யப் போகலாம் என்றால், கிறிஸ்தவம் வெகுவாகப் பரவியிருந்த ஐரோப்பா, பல கடவுள்களை வழிபடும் காட்டுமிராண்டிகள் என அவர்களோடு வியாபாரம் செய்ய மறுத்து விட்டது.

இப்படி எல்லா வழிகளும் அடைபட்ட பின்னர் அவர்களுக்குத் தோன்றிய ஒரே வழி - அடி உதவுவது போல அண்ணன் தம்பி உதவ மாட்டானென்பது.

கடுமையான தட்பவெப்பத்தில் வாழ்பவர்கள் என்பதால், இவர்களுக்கு இயற்கையாகவே உடம்பில் வலுவும், உள்ளத்தில் தெம்பும் அதிகம். இதோடு 'எப்படியாவது பிழைக்கவேண்டும்' என்ற வெறியும் சேர்ந்து கொண்டதால் பிறந்ததுதான் 'வைக்கிங் கலாச்சாரம்.'

நமக்கெல்லாம் சம்மர் விடுமுறை போல வைக்கிங்குகளுக்கு விண்ட்டர் விடுமுறை. குளிர்காலத்தில், கடல் பாதைகள் அனைத்தும் உறைந்து கிடக்கும். 'தொழிலு'க்கு போக முடியாது. எல்லோரும் வீட்டில் முடங்கி, மது அருந்தி, பெரும் காப்பியங்களை இயற்றிக் காலங்கழிப்பார்கள். வெயில் காலம் தொடங்கியவுடன், பனி உருகி, கடல் பாதைகளில் அபாயம்

நீங்கும். உடனே, ஒவ்வோர் ஊரிலும் பெரும் படகுகள் தயாராகும்.

வயது வந்த ஆண்களும், பதின்ம வயது பையன்களும் சூறை யாடப் புறப்பட, அவர்களது மனைவிகளும், அம்மாக்களும் 'வரும் போது நிறைய எடுத்துட்டு வாங்க' என வாழ்த்தி(!) அனுப்பி வைப்பார்கள்.

கொள்ளைக்கு ஏற்றார்போல, வைக்கிங்குகளிடம் கைவசம் வித்தையும் இருந்தது. கப்பல் கட்டும் வித்தை. 'லாங்ஷிப்' என்றழைக்கப்பட்ட வைக்கிங் கப்பல்கள், சிறந்த தொழில் நுட்பங் களால் கொள்ளைத் தொழிலுக்கேற்றவாறு வடிவமைக்கப் பட்டிருந்தன.

சுமார் ஐம்பதடி நீளமும் எட்டடி அகலும் கொண்ட இக் கப்பல்களை ஆழம் மிகுந்த அட்லாண்டிக் பெருங்கடலிலும், ஆழமில்லாக் கரையோர கடல் பிரதேசங்களிலும், உள்நாட்டு ஆறுகளிலும் எளிதாகச் செலுத்த முடியும். மற்ற நாடுகளின் போர்க்கப்பல்கள் துரத்தி வந்தால், ஆழம் குறைவான கரையோரமாகச் செலுத்தி, தப்பித்துக் கொள்ளமுடியும். தரை தட்டிவிடுமோ என்ற பயத்தில், துரத்தும் கப்பல் கரையோரமாக நெருங்கி வராது. கொள்ளையர்களே துடுப்பும் வலித்ததால், வைக்கிங் கப்பல்களுக்கு தனியே மாலுமிகள் தேவைப்பட வில்லை.

படகில் இருக்கும் வரைதான் அவர்கள் மாலுமிகள். தரையில் இறங்கி விட்டால் கொள்ளையர்கள். வைக்கிங் கப்பல்களுக்கு, மற்ற கப்பல்களைவிட வேகம் அதிகம். கப்பலைச் செய்ய ஆகும் செலவு குறைவு. இப்படி, கொள்ளைத் தொழிலுக்கெனவே ஒரு தொழில் நுட்பம் உருவாகி இருந்தது. கப்பல் கட்டுவதில் மட்டுமன்றி, ஆயுத தொழில் நுட்பத்திலும் வைக்கிங்குகள் கைதேர்ந்தவர்களாக இருந்தார்கள்.

தெற்கு நோக்கித் தொழிலுக்கு போன வைக்கிங்குளின் கண்களில் முதலில் இங்கிலாந்தின் கிழக்குக் கடற்கரைதான் பட்டது. அங்குதான் தங்கள் புதிய கொள்ளைத் தொழிலுக்கு பிள்ளையார் சுழி போட்டார்கள். வைக்கிங்குகள் கொள்ளைத் தொழிலுக்குச் சில வழி வகைகளைத் தங்களுக்குத் தாங்களே வகுத்துக் கொண்டார்கள்.

சின்ன ஊரென்றால் விட்டுவிடுவார்கள். கொஞ்சம் பைசா தேறும் என்றால் அவ்வளவுதான். குறிவைக்கப்பட்ட நகருக்கு எந்த முன்னறிவிப்பும் கிடையாது. கண்மூடி கண்திறப்பதற்குள் எல்லாம் முடிந்து விடும். எதையெல்லாம் பெயர்த்துத் தூக்கிப் போக முடியுமோ அதையெல்லாம் எடுத்துக் கொள்வார்கள். கொண்டு போக முடியாதவற்றை தீயிட்டுக் கொளுத்தி விடுவார்கள்.

ஆண்களையும், குழந்தைகளையும் ஈவு இரக்கமின்றி கொல்வார்கள். பெண்களென்றால் முதலில் கற்பழிப்பு, பின்னர் கொலை. கொல்லாமல் விட்டவர்களை அடிமைகளாக்கி ஸ்காண்டிநேவியாவுக்குக் கொண்டு போய் விடுவார்கள்.

வைக்கிங்குகள் வந்து போன ஊரென்றால், பாதி எரிந்த சாம்பலும், சிதைந்த உடல்களும் மட்டுமே மிஞ்சும். அதுவும் கிறிஸ்தவ மடாலயங்களைச் சூறையாடுவதென்றால் வைக்கிங்குகளுக்குத் தனிக் கொண்டாட்டம்.

அந்தக் காலத்தில் தேவாலயங்கள் பெரும் செல்வம் படைத்தவைகளாக இருந்தன. ஓர் ஊர் முழுக்க, கஷ்டப்பட்டு கொள்ளையடித்தால் தேறுவதைக் காட்டிலும், ஒரே ஒரு தேவாலயத்தைத் தாக்கினால் அதிகம் பொருள் கிடைத்தது. கிறிஸ்தவப் பாதிரியார்களைக் கொல்வதில் அலாதிப் பிரியம் கொண்டிருந்தார்கள் வைக்கிங்குகள்.

ஐரோப்பிய ஆளும் வர்க்கத்துக்கு வைக்கிங் கொள்ளைகளைத் தடுப்பது பெரும்பாடாக இருந்தது. கடற்கரையோரத்தில் எத்தனை ஊர்களில்தான் காவல் படைகளை நிறுத்தி வைக்க முடியும்? ஒரு பிரதேசம் உஷாராகி விட்டது என்பதை அறிந்தால் போதும், அதற்குப்பின் எந்த வைக்கிங் கப்பலும் அந்தப் பக்கம் வராது. காவல் இல்லாத மற்ற ஊர்களைத் தேடிப் போய்விடும். இங்கிலாந்தில் காவல் மிகுந்தால், அயர்லாந்து. அயர்லாந்து விழித்துக் கொண்டால் ஸ்காட்லாந்து. இந்த வருடம் இல்லையென்றால் அடுத்த வருடம். ஐரோப்பாவில் கொள்ளையடிக்க ஊருக்கா பஞ்சம்?

ஆனால், நாளாக நாளாக வைக்கிங்குகளுக்கு கொள்ளை மட்டும் திருப்தி தருவதாக இல்லை. மண்ணாசை தொற்றிக்கொண்டது. நாடாளும் மன்னர்களைப் பார்த்துப் பார்த்து, அவர்களுக்குள்ளும்

சாம்ராஜ்ய ஆசை வந்தது. கொள்ளையடிப்பதோடு நிறுத்திக் கொள்ளாமல் காலனிகளை உருவாக்கத் தொடங்கினர்.

கொள்ளைக் கூட்டங்கள் படைகளாக மாறின. பொன்னாசை, மண்ணாசையானதால் கொள்ளை, படையெடுப்பில் கொண்டு போய் விட்டது. வைக்கிங்குகள்தான் பெரும் வீரர்களாயிற்றே! கொள்ளையைப் போல யுத்த தந்திரங்களும் இயற்கையாகவே அவர்களுக்கு இருந்தன. ஐரோப்பாவில் வல்லரசு ஏதுமில்லாமல் அவ்வப்போது உள்நாட்டுப் போர்கள் நடைபெற்று வந்ததும் அவர்களுக்கு சாதகமாகிப் போனது.

அடுத்த இரண்டு நூற்றாண்டுகளில், வைக்கிங்குகளின் ஆதிக்கம் ஐஸ்லாந்து, கிரீன்லாந்து, ஸ்காட்லாந்து, வேல்ஸ், அயர்லாந்து என்று விரிவடைந்தது. கொலம்பஸ் வட அமெரிக்காவில் கால் வைப்பதற்கு ஐநூறு ஆண்டுகளுக்கு முன்பே, சிவப்பு எரிக்கின் தலைமையில் அங்கே வைக்கிங்குகள் போய்விட்டார்கள்.

பெரும் நிலப்பரப்பை வைக்கிங்குகள் ஆண்டாலும், அவர்கள் ஒரு பேரரசின் கீழ் இணையவில்லை. பல வைக்கிங் குழுமங் களுக்குள் ஒற்றுமையே கிடையாது. பொதுவான எதிரி இருந் தால் இணைந்து கொள்வார்கள். இல்லையெனில், அவர் களுக்குள் அடித்துக் கொள்வார்கள். மெல்ல மெல்ல வைக்கிங் குடியிருப்புகள் தெற்கு நோக்கியும் கிழக்கு நோக்கியும் நகரத் தொடங்கின.

கி.பி. 885-ல் பிரான்சின் தலைநகரான பாரிஸை ஒரு வைக்கிங் படை முற்றுகையிட்டது. நகரைக் கைப்பற்ற அவர்களால் முடிய வில்லையென்றாலும், அந்த முற்றுகையில்தான் வைக்கிங்குளின் பலத்தை உலகம் உணர்ந்துகொண்டது.

தங்களின் ஆட்சிக்கு வைக்கிங்குகளால் விளையக்கூடிய ஆபத்தை ஸ்பானிஷ், பிரெஞ்ச் ஆட்சியாளர்கள் புரிந்துகொண் டனர். தங்களைத் தற்காத்துக்கொள்ள முடிந்த அளவுக்கு ஏற்பாடுகளை அவர்கள் செய்தார்கள். அதனால், தெற்குத் திசையில் வைக்கிங்குளின் விரிவாக்கம் விரைவில் தடைப் பட்டது. எனவே, வைக்கிங்குகளின் பார்வை கிழக்கு நோக்கித் திரும்பியது.

ஐரோப்பாவின் உட்பகுதியில் கடல் எதுவும் கிடையாது. வோல்கா போன்ற பெரும் ஆறுகள்தான் அப்போது வர்த்தகப்

பாதைகளாக இருந்தன. கடலில் போகும் படகுகள் ஆற்றில் போகாதா என்ன? வைக்கிங்குகள் வோல்காவில் கொள்ளை யடிக்கத் தொடங்கினர். தற்கால ரஷ்யா, பெலாரஸ், உக்ரெய்ன் பகுதிகளை விரைவில் கைப்பற்றினர்.

புதிதாகக் கைப்பற்றிய நிலங்களில், கொள்ளையைத் தவிர பிற தொழில்களைச் செய்ய பல வாய்ப்புகள் வைக்கிங்குகளுக்குக் கிடைத்தன. எனவே, மெல்ல மெல்ல கொள்ளைத் தொழிலை விட்டுவிட்டு, வேறு தொழில்களைச் செய்யத் தொடங்கினர். அவர்களது கலாசாரமும் மாறத் தொடங்கியது.

அவர்களது அரசு 'ரஸ் ககானேட்' என்றும் அந்நாட்டு மக்கள் 'வராங்கியர்' என்றும் அழைக்கப்பட்டனர். பைசாண்டிய பேரரசு, அரபு நாடுகள் ஆகியவற்றுடன் வர்த்தகத் தொடர்புகள் உண்டானதால் நாளடைவில் கொள்ளைத் தொழில் முழுதும் வழக்கொழிந்து போனது.

தெற்கிலும் கிழக்கிலுமாகக் குடி பெயர்ந்தார்கள். பல நாடு களில், நகரங்களும் ஏற்பட்டுவிட்டன. ஆனால், இன்னும் வைக்கிங்குகளின் போர் வெறி தணியவில்லை. அதே சமயம், முன்போல அடிக்கடி கொள்ளையடிப்பதற்கும் முழுமன தில்லை. அப்போது என்ன செய்வது என்று மூளையைக் கசக்கிய வைக்கிங்குகளுக்கு தோன்றிய யோசனை - டேன் தங்கம் (Dane Gold).

அது வேறொன்றுமில்லை. மாமூல் வசூலிப்பது. நம்மூர் தாதாக்கள் ஒரு அளவுக்கு மேல் வளர்ந்த பிறகு, நேரடியாக வன்முறையில் இறங்காமல் மற்றவர்களை மிரட்டி மாமூல் வசூலிப்பது போல்தான் இந்த டேன்தங்கமும்.

வழக்கம் போல் வைக்கிங் கடல் கொள்ளையர்களை எதிர் பார்த்துக் காத்திருந்த இங்கிலாந்துக்கு கி.பி. 859-ல் ஒரு அதிர்ச்சி காத்திருந்தது. அந்த ஆண்டு, கொள்ளையர்களுக்கு பதிலாகத் தூதுவர்கள் வந்தார்கள். வந்தவர்கள் சொன்ன சேதி ரொம்ப அதிர்ச்சியாக இருந்தது.

'எங்களுக்குக் கொள்ளையடித்து அலுத்து விட்டது. எவ்வளவு நாள்தான் நாங்கள் அஞ்சுக்கும் பத்துக்கும் உங்கள் ஊர்களை எரித்துக் கொண்டிருப்பது! எங்களுக்குப் பணம் வேண்டும். உங்களுக்கு அமைதி வேண்டும். நாமிருவரும் ஒரு ஒப்பந்தம்

செய்வோம். பேசாமல் ஒரு தொகையை ஆண்டுதோறும் எங்களுக்கு மாமூலாகக் கொடுத்து விடுங்கள். நாங்கள் உங்கள் நாடுகளில் இனி கொள்ளையடிக்க மாட்டோம்.'

எப்படி இருக்கிறது கதை? ஒரு நாட்டிடம் மாமூல் கேட்ட முதல் கொள்ளைக்காரர்கள் வைக்கிங்குகளாகத்தான் இருக்க வேண்டும்.

இங்கிலாந்துக்கு இந்த ஒப்பந்தம் பிடித்திருந்தது. கொள்ளை போகும் பொருள்களின் மதிப்பையும், காவல் படைகளைகளுக்கு கொடுக்கும் சம்பளத்தையும் கணக்கிட்டுப் பார்த்தால், அந்தத் தொகை வைக்கிங்குகள் கேட்கும் மாமூலைவிட பல மடங்கு அதிகம். இதற்குப் பேசாமல், கேட்ட தொகையைக் கொடுத்து விட்டால் கொள்ளையர் தொல்லை இருக்காது என்று கணக்குப் போட்டது இங்கிலாந்து. மாமூல் தரவும் ஒப்புக் கொண்டது.

மாமூலென்றால் சில்லறை பணம் இல்லை - ஆண்டுதோறும் டன் கணக்கில் வெள்ளி தர வேண்டும். மாமூலின் பெயர்தான் டேன் தங்கமே ஒழிய, வாங்கியவர்கள் அனைவரும் டென்மார்க்காரர்களும் இல்லை. கொடுத்ததெல்லாம் தங்கமும் இல்லை. அக்காலத்தில் வெள்ளிதான் நாணயமாகப் பயன்படுத்தப் பட்டது. எனவே, பெரும்பாலும் அனைத்து வர்த்தகப் பேரங்களும் வெள்ளியில் தான் நடந்தன.

இந்த மாமூலுக்காக இங்கிலாந்து அரசர்கள் புதியவரி ஒன்றையும் விதிக்கத் தொடங்கினர். அவர்களுக்கு, வருடம் நூறு டன் வெள்ளி கொள்ளை போகும் நாட்டில், அதைத் தடுக்க, சில டன் வெள்ளி மாமூல் தருவது பெரிய இழப்பாகத் தெரியவில்லை. இங்கிலாந்தைப் பார்த்து, ஐரோப்பாவின் பிற நாடுகளும் இதே போல ஒப்பந்தம் செய்து கொண்டன. பின்னர் கொஞ்ச காலம் அமைதி நிலவியது.

இந்த மாமூலால் பல (எதிர்பாராத) நல்ல விளைவுகளும் ஏற்பட்டன. 'புதிய வரி' என்றாலே மக்கள் எப்போதும் முணுமுணுப்பார்கள். இதனால், அரசர்கள் நிலத்தை அளந்து, அதன் அடிப்படையில் வரி நிர்ணயம் செய்ய ஆரம்பித்தனர். அதற்குப் பிறகும் சலசலப்பு அடங்காததால், மக்கள் தொகையைக் கணக்கெடுத்து அதன் அடிப்படையில் வரி விதித்தனர்.

மாமூல் கட்டப் போய், மக்கள் தொகை கணக்கெடுப்பில் கொண்டுபோய் விட்டுவிட்டது. இதனால் அரசாங்க நிர்வாகம் சீரடைந்தது. எந்தக் கணக்கும் இல்லாமல், குத்துமதிப்பில் செலவுசெய்து கொண்டிருந்த காலத்தில், துல்லியமாகக் கணக்கெடுப்பதென்பது பெரிய முன்னேற்றம்.

அமைதி, போர் நிறுத்தம். கேட்பதற்கென்னவோ நன்றாகத்தான் இருக்கிறது. ஆனால் வைக்கிங்குகளால் அப்படி இருக்க முடிய வில்லை. முதலில், கொஞ்ச நாள் கொடுத்ததை வாங்கிக்கொண்டு சும்மாதான் இருந்தனர். எல்லா நாடுகளும் மாமூல் கொடுக்கச் சம்மதித்து விட்டபிறகுதான் அவர்களுக்குத் தோன்றியது, 'அடடா! இவ்வளவு லேசில் சம்மதிப்பார்கள் என்று முன்னமே தெரிந்திருந் தால், அதிகமாகக் கேட்டிருக்கலாமே' என்று.

அவ்வளவுதான். வைக்கிங்குகள், மாமூல் தொகையைக் கூட்டத் தொடங்கினார்கள். ஐரோப்பிய நாடுகளுக்கு வேறு வழியில்லை. ஆப்பசைத்த குரங்கு போல் மாட்டிக் கொண்டாகிவிட்டது. கேட்டதைக் கொடுக்க வில்லையென்றால் மீண்டும் கொள்ளை யர் தொல்லை தொடங்கிவிடும். எனவே, பல்லைக் கடித்துக் கொண்டு கேட்டதையெல்லாம் கொடுத்தார்கள்.

இந்த மாமூல் வசூல்தான் வைக்கிங்குகளை 'நாகரீகம்' தொற்றிக் கொண்டதற்கு முக்கிய காரணம். அடித்துப் பிடுங்கினால் கொள்ளை. பிடுங்குபவன் கொள்ளைக்காரன். ஆனால், அதையே ஒப்பந்தம் போட்டு ஆண்டுதோறும் முறைப்படுத்தி வசூலித் தால், அதன் பெயர் வரி. வாங்குவது அரசாங்க எந்திரம். இதுதான் நடந்தது வைக்கிங்குகளுக்கும்.

டேன் தங்கம் வசூலிக்கத் தொடங்கி, இருநூறு ஆண்டுகளுக்குள் நகரம், வரி, சட்டம், அரசியல், வர்த்தகம் போன்ற நாகரீகக் கூறுகள் அவர்களைத் தொற்றிக்கொண்டன. கடல்கொள்ளைத் தொழிலும் அழிந்து போனது.

வைக்கிங்குகளின் மூர்க்கத்தையும், கொடூரக் கொள்ளைகளை யும் பார்த்து, அவர்களைக் காட்டுமிராண்டிகள் என முடிவு கட்டிவிடக் கூடாது. அவர்களது சமுதாயமும் பண்பாடும் ஆழம் நிறைந்தவை. கடுமையான சுற்றுப்புறச் சூழலில் உருவானது அவர்களது சமுதாயம். அதில் போராட்டமும் கடுமையும் நிறைந்திருப்பது இயல்பே.

வைக்கிங் சமுதாயம் எல்லா இடங்களிலும் ஒரே மாதிரி இருந்ததில்லை. அவர்களுக்குள் டேன்கள், நார்வீஜியர்கள், ஸ்வீடன் நாட்டவர், ஃபின்லாந்துக்காரர்கள், ஐஸ்லாந்து நாட்டவர் என பல பிரிவுகள் இருந்தன. அவர்களது சமூகத்தில் மூன்று வர்க்கங்கள் இருந்தன - ஆள்பவர், குடிமக்கள் மற்றும் அடிமைகள்.

ஆளும் வர்க்கத்துக்குத்தான் நிலம் அனைத்தும் சொந்தமாக இருந்தது. குடிமக்கள் நிலத்தைக் குத்தகைக்கு எடுத்து, தொழில் செய்யலாம். ஆனால், குடிமக்களே வைக்கிங் சமூகத்தின் முதுகெலும்பாக இருந்தனர். விவசாயிகள், மீனவர்கள், வேட்டைக்காரர்கள், தச்சர்கள், கொல்லர்கள், கப்பல் கட்டுவோர் என அனைத்துத் தொழில்களும் (கொள்ளையும் சேர்த்து) அவர்களால்தான் செய்யப்பட்டன. சமூக முன்னேற்றமும் மாற்றமும் அவர்களால்தான் ஏற்பட்டன.

அடிமைகள் மிகவும் கடுமையாக நடத்தப்பட்டனர். அவர்கள் மனிதர்களுக்கும் கீழாக, ஆனால் மாடுகள் போன்ற விலங்குகளுக்கு சற்று மேலாக நடத்தப்பட்டனர்.

ஆரம்பத்தில், வாங்கிய கடனைத் திருப்பித் தர முடியாதவர்கள், கைதிகள் போன்றவர்கள்தான் அடிமைகளாக நடத்தப்பட்டனர். கடல்வழிக் கொள்ளை பரவலான பிறகு, கொள்ளையடிக்கப் போன இடங்களில் இருந்து பிடித்து வரப்பட்டவர்களே பெரும்பாலும் அடிமைகளாக்கப்பட்டனர்.

அடிமைகள் வர்த்தகம், வைக்கிங் பொருளாதாரத்தில் மிக முக்கிய பங்கு வகித்தது. மாக்டேபர்கை தலைமையிடமாகக் கொண்டு செயல்பட்ட அடிமைச் சந்தையில் ஆண்டுதோறும் பல்லாயிரம் அடிமைகள் கைமாறினர். அடிமைகள் வாழ்நாள் முழுவதும் அடிமையாக இருக்க வேண்டியதில்லை. போதிய பணத்தைச் சேர்த்து விட்டால், எந்த அடிமையும் தனது சுதந்தரத்தை வாங்கி விடலாம். வருடத்தில் பாதியைக் கொள்ளையடித்தும் மீதி நாள்களை விவசாயம் செய்தும் வேட்டையாடியும் கழித்தனர்.

வைக்கிங்குகளுக்கு கொள்ளையடிப்பதில் எவ்வளவு திறமை இருந்ததோ, அதே அளவு திறமை கடலில் கப்பல் செலுத்துவதிலும் இருந்தது. அதனால்தான் அவர்களால் பல தீவுகளைக் கண்டுபிடித்து, குடியேற முடிந்தது. ஐஸ்லாந்து, கிரீன்லாந்து,

நியூ ஃபவுண்ட்லாந்து போன்ற நாடுகளை முதலில் கண்டு பிடித்துக் குடியேறியவர்கள் அவர்கள்தான்.

சிவப்பு எரிக், அவரது மகன் லேய்ஃப் எரிக்சன் போன்ற புகழ் பெற்ற தேச ஆராய்ச்சியாளர்கள் வைக்கிங்குகள்தான். வைக்கிங்குகளின் கடல் பயணங்களால் உலகின் வரைபடத்தில் பல வெற்றிடங்கள் நிரப்பப்பட்டன.

கொள்ளையடித்த பொருளை விற்பதற்காக வைக்கிங்குகள் வர்த்தகர்களாகவும் மாறினர். பிரான்ஸ், ரஷ்யா, உக்ரெய்ன், மத்திய ஆசியா, பாரசீகம், அரேபியா போன்ற பிரதேசங்களுடன் வணிகத் தொடர்பு கொண்டிருந்தனர். அவர்கள் பெரும்பாலும் ஏற்றுமதி செய்த பொருள் - அடிமைகள்!.

பைசாண்டிய பேரரசின் தலைநகர் கான்ஸ்டாண்டிநோபிளில் கூட வைக்கிங் வர்த்தகர்கள் தங்கள் அடிமைகளை விற்று, பதிலுக்கு பட்டுத் துணிகளை வாங்கிச் சென்றதாகச் சரித்திரக் குறிப்புகள் கூறுகின்றன.

மத்திய தரைக் கடலின் கிழக்கு மூலையில் உள்ள கான்ஸ்டாண்டி நோபிளுக்கு (இன்றைய இஸ்தான்புல்), ஐரோப்பாவின் உட்பகுதிகளிலிருந்து வணிகப் பாதைகளை அமைத்து, பராமரித்து பைசாண்டியத்துக்குப் போகும் வணிகர் குழுமங் களை பாதுகாத்ததும் வைக்கிங்குகள்தான்.

மூர்க்கமும் வேகமும் மிகுந்த சமூகமென்றாலும், வைக்கிங் சமுதாயம் நன்றாக வரையறுக்கப்பட்ட சட்டதிட்டங்களைக் கொண்டிருந்தது. சட்டத்தைக் குறிக்கும் ‘லா’ (law) என்ற ஆங்கிலச்சொல், வைக்கிங்குகளின் நோர்ஸ் மொழியிலிருந்து தான் ஆங்கிலத்துக்கு வந்தது. வைக்கிங்குகள், குற்றவாளிகளை குடிமக்கள் விசாரித்துத் தீர்ப்பளிக்கும் ஜூரி (jury) முறையைப் பின்பற்றினர். அவர்கள் சட்டங்களை நினைவு கொள்வதற்கும் , சட்டச் சிக்கல்களைத் தீர்ப்பதற்கும் தனியே சட்ட நிபுணர்களை (law speaker) நியமித்தனர்.

சட்ட நிபுணரின் கருத்து அரசனின் கருத்தைக் காட்டிலும் உயர்ந்த தாகக் கொள்ளப்பட்டது. இங்கிலாந்தின் வடபகுதி வைக்கிங்கு களின் ஆதிக்கத்தில் பல நூற்றாண்டுகள் இருந்ததால், அந் நாட்டின் சட்ட திட்டங்களிலும், ஆங்கில மொழியிலும் வைக்கிங் சமுதாயத்தின் தாக்கம் இன்றளவும் உள்ளது.

வைக்கிங்குகள், சிறந்த கொள்ளையர்கள் மட்டுமல்ல, நல்ல கவிஞர்களும் கூட. சாகா (Saga) என்றழைக்கப்படும் பெரும் காப்பியங்கள் பலவற்றை இயற்றியுள்ளனர். அரசர்கள், நாயகர்கள், போர் வீரர்கள் ஆகியோரின் கதைகளை, வீரச்செயல்களை வர்ணிக்கும் இக்காப்பியங்கள் வைக்கிங் குலத்தினைப் பற்றி அடுத்த தலைமுறையினருக்குச் சொல்லும் வாய்வழி வரலாற்றுச் சான்றுகளாகப் பயன்பட்டன. இவை பெரும் கூட்டங்களில் உரத்துப் படிக்கப்பட்டன. கேட்பவரின் கவனத்தை ஈர்க்கும் வண்ணம் கற்பனை வளத்துடன் அடுக்கு மொழியால் எழுதப்பட்டன.

இவ்வளவு வலிமை வாய்ந்த ஒரு கொள்ளைக்கூட்டம், பெயரைக் கேட்டாலே நாடுகளே அஞ்சி நடுங்கிய ஒரு சமுதாயம் இன்று எப்படி இருக்கிறது தெரியுமா? சமாதானப் புறாக்களாக, மனிதவளக் குறியீடு பட்டியல்களில் முதலிடம் பிடிக்கும் நாடுகளாக, உலக மக்கள் அனைவரும் குடிபெயர விரும்பும் நாடுகளாக மாறியுள்ளது.

நார்வே, ஸ்வீடன், ஃபின்லாந்து, டென்மார்க், ஐஸ்லாந்து போன்ற இயற்கை எழில் மிகுந்த அமைதிப் பூங்காக்கள்தான் ஆயிரம் வருடங்களுக்கு முன் ஐரோப்பாவை கதிகலங்க வைத்தன. நினைத்துப் பார்த்தால் வியப்பாகத்தான் இருக்கிறது.

4
புதையல் கப்பல்

ஒருவனைக் கொலை செய்தால்தான் அது கொலை, லட்சம் பேரைக் கொன்றால் அது புள்ளிவிவரம் என்று யாரோ சொல்லி இருக்கிறார்கள். கடல் கொள்ளையிலும் அப்படித்தான். தனியாள் செய்தால், அவன் கடல் கொள்ளையன், சமூக விரோதி. அதையே திட்டமிட்டு அரசுகள் செய்தால், அது தேசப்பாதுகாப்பு.

போர்க் காலத்தில் எதிரி நாடுகளின் கப்பல்களைக் கொள்ளையடிப்பது நெடுங்காலமாக வழக்கத்திலிருந்து வருகிறது. அதிலும் வேறுநாடுகளில் கொள்ளையடித்த பொருளை ஏற்றிக் கொண்டு வரும் எதிரிக் கப்பல்களைக் கொள்ளையடிப்பது திருடனிடம் திருடுவதுதானே என்று ஏற்றுக் கொள்ளப்பட்டிருக்கிறது.

பதினாறு முதல் பதினெட்டாம் நூற்றாண்டு வரை அட்லாண்டிக் பெருங் கடலில் இப்படித் தான் இங்கிலாந்து - டச்சு தேச பக்தர்கள் (அதாங்க கொள்ளையர்கள்) ஸ்பானிஷ் பேரரசின் புதையல் கப்பல்களை இப்படித்தான்

கொள்ளையடித்தார்கள். அதென்ன 'புதையல் கப்பல்?' அந்தக் கதையை முதலில் பார்ப்போம்.

கி. பி. 1492-ல் கொலம்பஸ், வட அமெரிக்க கண்டத்தில் காலடி எடுத்து வைத்தவுடன் அமெரிக்க பூர்வீகக் குடிகளுக்கு கெட்ட காலம் ஆரம்பமாகிவிட்டது. இந்தியாவுக்குப் போகும் வழியைத் தேடித்தான் கொலம்பஸ் அமெரிக்கா போனார். ஆனால், அமெரிக்காவின் செல்வச் செழிப்பைக் கண்டவுடன் அவருக்கு, இந்தியா மறந்து போனது.

கொலம்பஸுடன் வந்தவர்கள், ஐரோப்பாவுக்குத் திரும்பிப் போய், தாங்கள் கண்ட புதிய உலகைப் பற்றிய கதைகளைப் பரப்பத் தொடங்கினர். அந்தக் கட்டுக் கதைகள் எல்லாமே ஒரு விஷயத்தை மட்டும் மீண்டும் மீண்டும் வலியுறுத்தின. புதிய உலகத்தில் எக்கச்சக்கமாக செல்வம் கொட்டிக் கிடக்கிறது. அங்கே போனால், பணக்காரனாகி விடலாம்.

அந்த செல்வத்தைக் கொள்ளையடிப்பதற்காகக் கூட்டம் கூட்டமாக ஐரோப்பிய காலனியாளர்கள் அமெரிக்காவுக்கு வரத் தொடங்கினர். அப்படி வந்தவர்கள், காலரா, பெரியம்மை போன்ற பல புதிய நோய்களை வட,தென் அமெரிக்க கண்டங்களுக்கு அறிமுகப்படுத்தினர்.

இப்புதிய நோய்களை எதிர்க்கிற எதிர்ப்பு சக்தி இல்லாமல், பூர்வீகக் குடியினர் லட்சக் கணக்கில் இறந்து போனார்கள். நோய்கள் கொல்லாமல் விட்டவர்களை ஐரோப்பியர்களின் பீரங்கிகளும், துப்பாக்கிகளும் கொன்று குவித்தன. இந்தப் புதிய உலகத்தைக் கொள்ளையடிக்க பல ஐரோப்ப தேசங்களிடையே கடும் போட்டி நிலவினாலும் ரேசில் ஜெயித்தது ஸ்பானிஷ் பேரரசு தான்.

கொலம்பஸ் வந்துவிட்டுப் போன ஐம்பது ஆண்டுகளுக்குள், பூர்வீகக் குடியினரின் பெரும் சாம்ராஜ்யங்கள், ஸ்பானிஷ் படைகளைத் தாக்குப் பிடிக்க முடியாமல் வீழ்ந்தன. ஸ்பானிஷ் படைகள் அப்படி ஒன்றும் பலம் பொருந்தியவை அல்ல. அதிகபட்சம் சில நூறு வீரர்களே அப்படைகளில் இருந்தனர்.

ஆனால் வெடிமருந்தும், அதுவரை எதிர் கொண்டிராத புதிய நோய்களும் அமெரிக்க பூர்வகுடி பேரரசுகளை நிலை குலையச் செய்தன. ஸ்பானிஷ் தளபதிகளின் பொன்னாசைக்கும் மூர்க்கத்

துக்கும் முன்னால் அஸ்டெக், இன்கா போன்ற பேரரசுகளால் சிறிது காலம்கூட தாக்குப்பிடிக்க முடியவில்லை.

1521-ல் ஸ்பானிஷ் தளபதி கோர்டேஸ் அஸ்டெக் தலைநகர் தெனோசித்லானைக் கைப்பற்றினார். அதே போல், தென் அமெரிக்காவின் இன்கா பேரரசு 1532-ல் மற்றொரு ஸ்பானிஷ் தளபதி பிசாரோவால் கைப்பற்றப்பட்டது. இவ்விரு பேரரசு களும் பல நூற்றாண்டுகளாகப் பெரும் பிரதேசங்களை ஆண்டு வந்தவை.

சுற்றியுள்ள சிற்றரசுகளை அடக்கி, தட்டிக் கேட்க ஆளில்லாமல் ஆண்டதால் அவற்றின் கஜானாக்கள் நிரம்பி வழிந்து கொண்டிருந்தன. இந்தச் செழிப்புதான் அவர்களுக்கு வினை யாகிப் போனது.

'எங்கே தங்கம்? எங்கே தங்கம்?' என்ற தவிப்புடன் அமெரிக்கா வந்திறங்கிய ஸ்பானிஷ் தளபதிகளுக்கு தங்க நகரங்கள், தங்க மலைகள் எனக் காதில் விழுந்த வதந்திகள் மேலும் வெறி யூட்டின.

புதிய கண்டத்தில் ஒரு பேரரசை நிறுவ ஸ்பெயின் முதலில் முயலவில்லை. கிடைத்ததைச் சுருட்டிக்கொண்டு போவதுதான் அவர்களின் முதல் குறிக்கோளாக இருந்தது. வதந்திகளில் கேள்விப்பட்டதைப் போல தங்கமலைகள் கிடைக்கவில்லை யென்றாலும், குறைந்த பட்சம் குன்றுகள் அளவுக்காவது தங்கத்தைக் கொள்ளையடிக்க முடிந்தது.

இன்கா பேரரசில், பிசாரோ செய்த ஒரு வேலையைப் பாருங்கள். இன்கா பேரரசிடம் பெரும் படையிருந்தது. பிசாரோவிடமோ நூற்றுக்கும் குறைவான வீரர்கள். எனவே, நேரடியாக மோதாமல், தந்திரமாக ஒரு காரியம் செய்தார் பிசாரோ. இன்கா பேரரசர் அடாஹுவல்போவைக் கடத்திப் போய்விட்டார். அடாஹுவல்போ தன்னை விடுவித்தால் ஒரு அறை முழுக்கத் தங்கமும் அது போல இரு மடங்கு வெள்ளியும் தருவதாகப் பேரம் பேசினார்.

சுமார் இருபதுக்குப் பதினைந்தடி நீள அகலமும் எட்டடி உயரமும் கொண்ட ஒரு அறையை கற்பனை செய்து பாருங்கள். ஆம் அது முழுவதும் தங்கம்! அது போல இரு மடங்கு வெள்ளி! குறைந்த பட்சம் 24 டன் தங்கமாவது இருந்திருக்கவேண்டும் என வரலாற்றாளர்கள் கருதுகின்றனர்.

இவையனைத்தும் ஒரு நாள் கொள்ளையில் பிசாரோ சம்பாதித்தவை. தங்கத்தை வாங்கிக்கொண்டு மன்னரை விட்டாரா என்றால் அதுவும் இல்லை. போட்டுத் தள்ளிவிட்டார். பணம் வந்த பிறகு ஆள் எதற்கு என்று எண்ணினாரோ என்னவோ?

ஸ்பெயின் அமெரிக்காவில் அடித்த கொள்ளையில் இது ஒரு சிறு பங்கு. இது போல ஆயிரம் மடங்குக்கும் அதிகமான செல்வங்கள் கொள்ளை போயின. தங்கம், வெள்ளி மட்டுமல்ல. விலை மதிப்பற்ற கற்கள், வாசனை திரவியங்கள், பட்டு ஆடைகள், புகையிலை, சர்க்கரை... என கிடைத்த எதையும் ஸ்பானிஷ் தளபதிகள் விட்டு வைக்கவில்லை.

அமெரிக்க பூர்வகுடி அரசுகளின் கஜானாக்கள் காலியான பின்னர், ஸ்பானிஷ் பேரரசு, அமெரிக்க அடிமைகளைக் கொண்டு தங்க, வெள்ளிச் சுரங்கங்களைத் தோண்ட ஆரம்பித்தது. இதனால் பிசாரோவுக்கு கிடைக்காத தங்க வெள்ளி மலைகள் அவருக்குப் பின் வந்த காலனியாளர்களுக்குக் கிடைத்தன. இந்தக் கொள்ளை சில நாள்களிலோ, சில ஆண்டுகளிலோ முடிந்து விடவில்லை, சில நூறு ஆண்டுகள் வரைக்கும் நீடித்தது.

எளிதாகக் கொள்ளையடிப்பது எப்படி என்பதை நன்றாகக் கற்றுக் கொண்ட பின்னர், பிடுங்கியதை எப்படி ஸ்பெயினுக்கு எடுத்துச் செல்வது என்ற கேள்வி எழுந்தது. இதற்காக உருவாக்கப்பட்டவைதான் புதையல் கப்பல்கள்.

பெரும் புதையலை, பத்திரமாக கடல் கடந்து, ஸ்பெயினுக்குக் கொண்டுவந்து சேர்ப்பது லேசுப்பட்ட காரியமில்லை.

சரக்கு ஏற்றிய கப்பல் எடை மிகுந்து இருப்பதால், மெதுவாகத்தான் செல்லும். புயல் போன்ற இயற்கைச் சீற்றங்கள் ஒருபுறம், திருடனிடம் திருடும் ஆங்கில-டச்சு 'தனியார்' கடற்படைகள் இன்னொரு புறம். இவற்றையெல்லாம் தாண்டி, பத்திரமாக ஸ்பெயின் போய்ச் சேர்வது பிரம்மப் பிரயத்தனம். இப்படி வரும் புதையலுக்குச் சரியாக வரிவிதித்து வசூலிக்கவேண்டும். இவ்வளவு பிரச்னைகள் நிறைந்த பயணத்துக்காகத்தான் ஸ்பானிஷ் அரசு 'புதையல் கப்பல்' முறையை உருவாக்கியது.

அமெரிக்க கண்டத்திலும் ஆசிய கண்டத்திலும் கொள்ளை வர்த்தகத்தை முறைமைப்படுத்த காசா டி கான்டிராடிசியான் என்ற வர்த்தக அமைப்பை உருவாக்கியது. அதாவது 'புதிய

உலகி'ல் கொள்ளையடிக்கப்படும் அனைத்துப் பொருள்களும் இந்த அமைப்பின் மூலம்தான ஸ்பெயினுக்குக் கொண்டு செல்லப்படவேண்டும்.

எந்தக் கப்பல்களில் எதை அனுப்பலாம், கப்பல்கள் எந்தத் துறைமுகத்தில் சரக்குகளை ஏற்றலாம், எப்போது புறப்படலாம், எந்த கடல் வழியில் போகலாம், எந்தத் துறைமுகத்தில் சரக்கு களை இறக்கலாம் என அனைத்து விஷயங்களையும் அந்த அமைப்பு முடிவு செய்தது.

கப்பல்கள்கள் தனியே போகக் கூடாது. 'கான்வாய்' (convoy) எனப்படும் குழுமங்களாகத்தான் போகவேண்டும். அவ்வப் போது துணைக்குப் போர்க்கப்பல்களும் வரும். வருடத்துக்கு ஒரு முறை இந்தப் புதையல் கப்பல் கூட்டம் ஒன்று சேர்ந்து வேராகுரூஸ், போர்டபேலா, ஹவானா, கார்டேகேனா போன்ற அமெரிக்க துறைமுகங்களிலிருந்து ஸ்பெயின் நோக்கிப் புறப்படும்.

ஆரம்பத்தில், பத்து பதினைந்து கப்பல்கள்தான் இப்படிப் போக ஆரம்பித்தன. ஆனால், ஆண்டுகள் செல்லச் செல்லப் புதிய உலகில் கொள்ளையடித்த பொருள்களின் எண்ணிக்கை கூடிக் கொண்டே போனது.

அமெரிக்க கண்டத்தின் உட்பகுதியில் ஆராய்ச்சியாளர்கள் ஊடுருவி, மேலும் பல புதிய தேசங்களைக் கண்டுபிடித்தனர். கொள்ளையடிக்கப் புதிய வழிகள் கண்டுபிடிக்கப்பட்டன. உண்மையான வர்த்தகமும் பெருக ஆரம்பித்தது. கிடைக்கும் செல்வம் பெருகப் பெருக அவற்றைக் கொண்டு போகும் கப்பல்களின் எண்ணிக்கையும் கூட ஆரம்பித்தது.

அமெரிக்காவில், ஸ்பானிஷ் ஆதிக்கத்தின் உச்சக்கட்டத்தில் ஓராண்டுக்கு ஐம்பதுக்கும் மேற்பட்ட கப்பல்கள் இந்த கடல் பயணத்தை மேற்கொண்டன. இந்தக் கப்பல் கூட்டத்தைத் தான் 'புதையல் கப்பல் குழுமம் பிரிவு' என்று உலகம் அழைத்தது.

ஸ்பெயினுக்கு இவ்வளவு பணம் வருவதை அந்நாட்டின் எதிரிகள் சும்மா கையைக் கட்டிக்கொண்டு பார்த்துக்கொண்டு இருப்பார்களா என்ன? பேரரசென்றால் நாற்புறமும் எதிரிகள் இருக்கத்தான் செய்வார்கள். ஸ்பெயினுக்கும் இருந்தார்கள்.

ஸ்பெயின் அப்போது போர்ச்சுகல், நெதர்லாந்து, இங்கிலாந்து ஆகிய நாடுகளுடன் அவ்வப்போது சண்டையிட்டுக் கொண்டிருந்தது. அந்நாடுகள் ஸ்பெயினுக்கு வரும் புதையலைப் பிடுங்க முற்பட்டன. ஆனால், அது அவ்வளவு எளிதான காரியமாக இல்லை. காரணம், ஸ்பெயின் கடற்படையளவுக்கு அவர்களது கடற்படைகளில் பலமில்லை. போர்ச்சுகல் ஆரம்பத்திலேயே ஸ்பெயினுடன் சமாதானம் செய்து கொண்டது.

1493ஆம் ஆண்டு போப் நான்காம் அலெக்ஸாண்டர், புதிய உலகை ஸ்பெயினுக்கு பாகம் பிரித்துக் கொடுத்துவிட்டார். அதாவது, உலக வரைபடத்தில் செங்குத்தாக ஒரு கோட்டை வரைந்தார். 'மேற்கே உள்ள பிரதேசங்களில் ஸ்பெயின் கொள்ளையடிக்கலாம். கிழக்கே உள்ளவை போர்ச்சுகலுக்கு' என்று சொல்லிவிட்டார். இரு நாடுகளும் மற்றவர் ஏரியாவில் கால்வைக்கக் கூடாது.

இந்த ஒப்பந்தத்துக்குப் பின் அவ்விரு நாடுகளும் சமாதானமாகப் போய்விட்டன. ஆனால், ஆங்கிலேயரும் டச்சுக்காரர்களும் போப் சொல்வதைக் கேட்பதற்கு கத்தோலிக்கர்கள் அல்ல. அவர்கள் ப்ராட்டஸ்டண்டுகள். அதுவும் ஸ்பெயினுடன் சண்டை போட்டுக்கொண்டிருக்கும் ப்ராட்டஸ்டண்டுகள். விட்டுவிடுவார்களா என்ன? ஸ்பானிஷ் கப்பல் படையின் பலத்தை எதிர்கொள்ள இவ்விரு நாடுகளும் ஒரு காரியம் செய்தன. கப்பல் படைகளை அமைத்துக் கொள்ளத் தனியாருக்கு அனுமதி அளித்தன.

கடலில், ஒரு சாதாரண வர்த்தகக் கப்பல், மற்றொரு நாட்டின் வர்த்தகக் கப்பலைத் தாக்கினால், அது 'கடல்கொள்ளை' எனக் கருதப்படும். எந்த நாட்டில் மாட்டினாலும் விசாரணையின்றி தூக்கிலிட்டுவிடுவார்கள். ஆனால், அதுவே 'தனியார் கடற்படை' என்ற அந்தஸ்து பெற்றிருந்தால், அவர்கள் செய்தது கடல் கொள்ளையாகாது. யுத்த விதிகளின்படி சாதாரணப் போர் நடவடிக்கையாகிவிடும்.

எதிரி நாட்டில் மாட்டினால்தான் தண்டனை. சொந்த நாட்டில் அவர்கள் கப்பல் படை வீரர்களாகவே கருதப்படுவார்கள். கொள்ளையடித்த பொருளை வரி கட்டிவிட்டு விற்று விடலாம்.

ஒரு தனியார் கப்பல், இப்படிப் போர்க் கப்பலாக மாற அளிக்கப்படும் உரிமத்தின் பெயர்தான் முத்திரைக் கடிதம் (letter of Marque). இதை வாங்குவது லேசுபட்ட காரியமல்ல. தனியார் கொள்ளைக் கப்பல். மன்னிக்கவும். போர்க் கப்பல் இயக்குவதென்பது மிகவும் லாபகரமான வியாபாரமாகையால் முத்திரைக் கடிதங்களை வாங்குவதற்கு எப்போதும் கடும் போட்டி நிலவியது.

ஆளும் வர்க்கத்துக்கு நெருக்கமானவர்களுக்கும், லஞ்சம் கொடுக்கத் தயாராக உள்ளவர்களுக்கும் மட்டுமே இந்த உரிமங்கள் எளிதில் கிடைத்தன. அதாவது, அமெரிக்காவில் ஸ்பெயின் திருடிய தங்கத்தை வழிமறித்துப் பிடுங்கும் உரிமம் வாங்குவதிலும் ஊழல். எப்படி இருக்கிறது கதை!

இந்த வழிமுறை ஆங்கில, டச்சு அரசாங்கங்களுக்கு பெரும் லாபகரமாக அமைந்தது. ஒரு தனியார் போர்க் கப்பலைத் தயார் செய்ய, அரசு செலவு எதுவும் செய்யத் தேவையில்லை. தனியார் முதலீட்டாளர்களே அதை கவனித்துக் கொள்வார்கள். அவை கொள்ளையடித்து வரும் லாபத்தில் மட்டும் அரசுக்குப் பங்கு உண்டு. அக் கப்பல்கள் மானம் போகும்படி நடந்து கொண்டால், அரசு எளிதில் அவர்களைக் கைகழுவி விட்டுவிடலாம்.

'நாங்கள் உரிமம் கொடுக்கவே இல்லை, அவர்கள் வைத்திருக்கும் மார்க் கடிதம் போலியானது' என்று விலகிக் கொள்ளலாம். அரசுக்குப் பங்கு, லாபத்தில் மட்டும்தான். பாவத்திலும் பழியிலும் கிடையாது.

இந்தத் தனியார் போர்க் கப்பல்களில் முதலீடு செய்வதற்குப் பெரும் கிராக்கி இருந்தது. முதலீட்டை விடப் பலமடங்கு லாபம் கிடைத்து வந்ததே இதற்குக் காரணம். இக் கப்பல்களில் முதலீடு செய்ய நிறுவனங்கள் உண்டாக்கப்பட்டு, அவற்றின் பங்குகள் பங்குச் சந்தைகளில் கூட விற்கப்பட்டன. கப்பல் வெற்றிகர மாக(!) கொள்ளையடித்துத் திரும்பினால், முதலீட்டாளருக்கு கணிசமான ஈவுத்தொகை (டிவிடன்ட்) கிடைத்தது.

இந்த முறையால் அரசுக்கு இன்னொரு வகை லாபமும் இருந்தது. கப்பல் படைக்கு மாலுமிகளைத் தயார் செய்யத் தனியே செலவு செய்யத் தேவை ஏற்படவில்லை. போர் மூளும்போது, தனியார் போர்க் கப்பல்களையே வாடகைக்கு எடுத்துக் கொள்ளலாம். சர் பிரான்சிஸ் டிரேக் போன்ற தனியார் கப்பல் கேப்டன்கள்தான் பின்னாளில் ஆங்கிலக் கப்பல்

படையின் தளபதிகளாகப் பணியாற்றினார்கள். எப்படி பார்த்தாலும் இந்த முறையால் அரசுக்கு லாபம்தான்.

இந்தத் தனியார் கப்பல்கள், ஸ்பானிஷ் புதையல் கப்பல்களுக்கு சிம்ம சொப்பனமாக இருந்தன. அமெரிக்காவிலிருந்து ஒன்றாகப் புறப்பட்டாலும், புயல் மற்றும் கடல் சீற்றத்தால் பாதி வழியிலேயே சில கப்பல்கள் மட்டும் பிரிந்து போக நேரிடும்.

இப்படித் தனியாக வரும் கப்பல்களைத்தான் ஆங்கில, டச்சு தனியார் கப்பல்கள் குறிவைத்து வேட்டையாடின. முதலில், ஓரிரண்டு கப்பல்களை மட்டும் கொள்ளையடித்து வந்த ஆங்கில மாலுமிகளுக்கு சிக்கிய சரக்குகளைப் பார்த்ததும் ஆசை மேலும் கூடியது.

காலப் போக்கில் கூட்டத்தைச் சேர்த்துக்கொண்டு ஸ்பெயினின், அமெரிக்க துறைமுகங்களையே நேரடியாகத் தாக்க ஆரம்பித்தனர். சில நூறாண்டுகள் இந்த நிலைமை நீடித்தது. ஆனால், வெகு சில முறை மட்டுமே ஆங்கில, டச்சுக் கப்பல்களால் முழுப் புதையல் கப்பல் கூட்டத்தையும் அப்படியே கைப்பற்ற முடிந்தது.

பெருவாரியான தாக்குதல்களில் சில புதையல் கப்பல்கள் மட்டுமே சிக்கின. ஆனால், அப்படி சிக்கிய கொசுறுகளே தனியார் கப்பல்களையும், அதன் முதலீட்டாளர்களையும் பெரும் செல்வந்தர்களாக்கின. இந்தக் கொள்ளைகள் புதிய உலகில் செல்வம் வற்றி, அமெரிக்க கண்டமே போண்டியாகும் வரைக்கும் தொடர்ந்து நடைபெற்றன.

இதில் என்ன வேடிக்கையென்றால், ஸ்பெயின் கொள்ளையடித்த தங்கமும், ஸ்பெயினிடம் கொள்ளையடிக்க இங்கிலாந்தில் தோன்றிய தனியார் முதலீட்டு நிறுவனங்களும் தற்கால உலகில், சர்வதேசப் பொருளியல்முறை தோன்றக் காரணமான முன்னோடிகளின் பட்டியலில் உள்ளன.

5
அள்ளித் தந்த அடிமை பிசினஸ்

தேசங்கள் கொள்ளையில் ஈடுபட்டதைப் பற்றி போன அத்தியாயத்தில் பார்த்தோம். கொள்ளையடிப்பதற்கென்றே இருந்த தேசங்களைப் பற்றி இனி பார்ப்போம். ஐரோப்பாவில் மத்திய தரைக்கடல் பகுதி மிகவும் முக்கியம் வாய்ந்த ஒன்று.

ஐரோப்பாவுக்கும் வடஆப்பிரிக்கா, மத்திய ஆசியா போன்ற பிரதேசங்களுக்கும் இடையே நடந்த வர்த்தகம், பெரும்பாலும் மத்திய தரைக் கடல் வழியாகவே நடைபெற்றது. ஆண்டு தோறும் பல்லாயிரக்கணக்கான வணிகக் கப்பல்கள் மத்திய தரைக் கடலில் பயணம் செய்தன. மத்திய தரைக்கடலின் வணிகத்தைக் குறி வைத்து, வடஆப்பிரிக்க கடற்கரையில் கொள்ளையர்கள் உருவாகினர்.

ரோமப் பேரரசின் காலத்திலேயே, மத்திய தரைக்கடல் பகுதியில் கொள்ளையர் தொல்லை இருந்து வந்தது என்பதை ஏற்கெனவே பார்த்தோம். கி.மு. ஒன்றாம் நூற்றாண்டில் ரோம், கொள்ளையர்களை ஒழித்து

விட்டது. அதன்பின், ஆயிரம் ஆண்டுகள் இந்தப் பகுதி அமைதியாக இருந்தது. ஆனால், கி.பி. பத்தாம் நூற்றாண்டில் கொள்ளையர்கள் பிரச்னை மீண்டும் விஸ்வரூபம் எடுத்தது.

அல்ஜியர்ஸ், துனிஸ், டிரிபோலி போன்ற பெரும் நகரங்கள் முழுவதும் கொள்ளையர் கட்டுப்பாட்டுக்குள் வந்தன. இந்த நகரங்கள் கடல் கொள்ளையை அடிப்படைத் தொழிலாகக்கொண்ட நாடுகளாக மாறின. இவர்களுடன் மொராக்கோ சுல்தான் தேசமும் சேர்ந்துகொண்டது.

இந்த கடற்பகுதி, 'பார்பரி கடற்கரை' என்றழைக்கப்பட்டதால், இக்கொள்ளையர்களும் 'பார்பரிக் கொள்ளையர்கள்' என்று அழைக்கப்பட்டனர். அடுத்த எண்ணூறு ஆண்டுகளுக்கு மத்திய தரைக் கடல் பகுதியில் இவர்களின் அட்டகாசம்தான் தொடர்ந்தது.

ஏழாம் நூற்றாண்டில், அரேபியாவில் தோன்றிய இஸ்லாம் மதம் வேகமாகப் பரவி, இரு நூற்றாண்டுகளுக்குள் வடஆப்பிரிக்காவை எட்டியது. இஸ்லாமியராக மாறிய வட ஆப்பிரிக்க பெர்பர் குடியினர், தங்கள் மூதாதையரின் கடல் கொள்ளைத் தொழிலை, பெரிய அளவில் செய்யத் தொடங்கினர்.

ஐரோப்பாவில் இருக்கும் கிறிஸ்தவ நாடுகளைச் சூறையாடுவது மதக் கடமை என்று கூறிக்கொண்டு, தெற்கு ஐரோப்பிய நாடுகளைத் தாக்க ஆரம்பித்தனர். ஐரோப்பிய நாடுகளிடையே நிலவிய ஒற்றுமையின்மையும், பைசாண்டியப் பேரரசின் வீழ்ச்சிக்குப் பிறகு, மத்திய தரைக் கடல் பகுதியில் வல்லரசு எதுவும் இல்லாததும் இவர்களின் வளர்ச்சிக்கு வித்திட்டன.

பதினான்காம் நூற்றாண்டு வரை பார்பரிக் கொள்ளையர்களுக்கு எகிப்து சுல்தான்களின் ஆதரவு இருந்தது. எகிப்து அரசு வீழ்ந்த பின்னர், இந்தக் கொள்ளையர்கள் துருக்கியின் ஒட்டோமான் சுல்தானின் ஆதரவை நாடினர். ஐரோப்பிய கிறிஸ்தவ நாடுகளுடன் பலப் பரீட்சையில் ஈடுபட்டிருந்த ஒட்டோமான் சுல்தான்களுக்கு பார்பரிக் கொள்ளையர்கள் மிகவும் பயன்பட்டனர்.

துருக்கியின் பாதுகாப்பின் கீழ் வந்தபின் பார்பரிக் கொள்ளையர்களின் துணிச்சல் அதிகமாகியது. அவர்களின் தாக்குதல்களும் தீவிரமடைந்தது. கிறிஸ்தவ நாடுகளுக்கும் இஸ்லாமிய தேசங்களுக்கும் இருந்த மதப்பகை கொள்ளையர்களுக்கு சாதகமாகிப் போனது.

வணிகக் கப்பல்களைக் கொள்ளையடிப்பதுடன் பார்பரிக் கொள்ளையர்கள் நின்றுவிடவில்லை, ஐரோப்பாவின் கடற் கரையோரப் பகுதிகளையும் தாக்கத் தொடங்கினர்.

ஆரம்பத்தில் பொருள்களைக் கொள்ளையடிப்பது மட்டுமே அவர்கள் குறிக்கோளாக இருந்தது. ஆனால், அடிமைகளுக்கு மத்திய ஆசிய இஸ்லாமிய நாடுகளில் இருந்த கிராக்கியை உணர்ந்த பிறகு அவர்களது கவனம் முழுதும் அடிமைத் தொழிலுக்குத் திரும்பியது. எந்தக் கப்பலைத் தாக்கினாலும், அதிலிருந்த மாலுமிகள், பயணிகள், ஐரோப்பிய கடற்கரையோர கிராம மக்கள் என எல்லாத் தரப்பினரையும் பிடித்துச் செல்ல ஆரம்பித்தனர்.

மத்திய கடல் பகுதியில் மட்டுமல்லாமல், அயர்லாந்து, ஐஸ்லாந்து வரை இவர்கள் தங்கள் கைவரிசையைக் காட்டினர். எட்டு நூற்றாண்டுகளில் கிட்டத்தட்ட பத்து லட்சம் ஐரோப்பியர் களை இந்த பார்பரிக் கொள்ளையர்கள் அடிமைப்படுத்தியதாக வரலாற்றாளர்கள் கணித்துள்ளனர்.

அமோகமாக நடந்த அடிமை வியாபாரத்தால் அல்ஜியர்ஸ், திரிபோலி நகரங்களில் செல்வம் கொழிக்க ஆரம்பித்தது. முஸ்லிம்களாக இருந்த கொள்ளையர்கள், கிறிஸ்தவ நாடு களைத் தாக்குவதற்கும், கிறிஸ்தவர்களை அடிமைப்படுத்து வதற்கும் தங்கள் மத போதனைகளைக் காரணமாக எடுத்துக் கொண்டனர். கிறிஸ்தவர்களைத் தாக்குவது புனிதப்போராகக் கருதப்பட்டது.

பார்பரிக் கொள்ளையர்களின் அடிமை வர்த்தகத்தைச் சுற்றி, ஒரு புதிய பொருளாதார அமைப்பே உருவானது. ஒரு ஐரோப்பிய கிராமத்தை கொள்ளையர்கள் தாக்குகிறார்கள் என்றால் அவர் களுடன் ஒரு பெரும் வர்த்தகக் கூட்டமே வரும். சிறைப் பிடித்த அடிமைகளை மீட்க அந்த கிராமத்தாருக்கே ஒரு வாய்ப்புக் கொடுக்கப்படும். கிராம மக்கள் பணயத் தொகையைக் கட்டி விட்டு, தங்கள் உறவினர்களை மீட்டுக் கொள்ளலாம்.

இந்தத் தொகையைத் திரட்ட கடன் கொடுக்கவும், அடகு எடுக்கவும், ஒரு கும்பல் காத்திருக்கும். இந்த கும்பல், உறவினர் களைக் காப்பாற்ற வேண்டும் என்ற தவிப்பில் இருக்கும் கிராம மக்களுக்கு அதிக வட்டிக்குக் கடன் கொடுக்கும், இல்லை அடிமாட்டு விலைக்கு அவர்களின் சொத்துகளை வாங்கிக் கொள்ளும்.

பணயத் தொகையைப் புரட்ட முடிந்தவர்களுக்கு அவர்களது உறவினர்கள் திரும்பக் கிடைப்பார்கள். பணயத் தொகை கட்ட முடியாத அடிமைகள் வட ஆப்பிரிக்காவுக்கு இழுத்துச் செல்லப் படுவார்கள்.

ஆண்களில் பெரும்பாலானோர் கப்பல்களில் துடுப்பு வலிக்கும் வேலைக்கு விற்கப்படுவார்கள். பெண்கள், சுல்தான்களின் அந்தப்புரங்களில் அடைக்கப்படுவார்கள். இனி வாழ்நாள் முழுவதும் அவர்கள் அடிமைகள்தான். விடுபட்டவர்கள் பார்பரி நாடுகளில் கூண்டுகளில் அடைத்து வைக்கப்படுவர்.

கப்பலில் துடுப்பு வலிப்பவராக (Galley Slaves) விற்கப்படும் அடிமைகளின் நிலைமைதான் மிகக் கொடியது. வாழ்நாள் முழுவதும் இவர்கள் ஒரே கப்பலில் துடுப்பு வலிக்கவேண்டும். இவர்களைத் துடுப்புகளோடு சேர்த்து, சங்கிலியால் கட்டி வைத்துவிடுவார்கள். உண்பது, உறங்குவது, கழிவது என்று எல்லாமே ஒரே இடத்தில்தான்.

இப்படிக் கொடுமைப்படுத்தப்பட்ட அடிமைகளை மீட்க ஐரோப்பிய நாடுகளில் பல தொண்டு அமைப்புகள் இயங்கி வந்தன. இந்த அமைப்புகள்தான் தருமங்களின் வழியாக அவ்வப் போது பணம் திரட்டி, கொள்ளையருடன் பேரம்பேசி, பல அடிமைகளை விடுதலை செய்யும்.

இப்படி அட்டகாசம் செய்யும் பார்பரிக் கொள்ளையர்களை ஏன் ஐரோப்பிய நாடுகள் ஒழிக்கவில்லை என்ற கேள்வி எழுவது நியாயம். எட்டு நூற்றாண்டுகளாக அவர்களை ஒழிக்காமல் வளர்த்து விட்டதற்கும், பின்பு திடீரென்று அவர்களை அடி யோடு ஒழித்து, அவர்களின் நாடுகளைப் பிடித்துக்கொண்ட தற்கும் ஒரே காரணம் - ஐரோப்பிய அரசியல்.

ஆயிரக்கணக்கில் கப்பல்களையும் லட்சக்கணக்கில் மக்களை யும் இழந்தும் பார்பரிக் கொள்ளையர்களை ஐரோப்பிய நாடுகள் ஏன் விட்டு வைத்தன தெரியுமா? அவர்களிடையே நிலவிய உட்பகையும், தங்கள் எதிரிகளுக்கு எதிராக கொள்ளையர்களைப் பயன்படுத்திக் கொள்ளலாம் என்று அவர்கள் நினைத்ததும்தான் காரணம்.

ஒட்டோமான் சுல்தான் ஆட்சியின் ஆதிக்கம் பதினாறாம் நூற்றாண்டுவரை மத்திய தரைக்கடலில் நீடித்தது. பதினாறாம் நூற்றாண்டில் கிறிஸ்தவ அரசுகள் பெரும் கடற்போர்களில்

ஒட்டோமான் கடற்படையை நாசம்செய்து அதன் ஆதிக்கத்தை முறியடித்தன.

அதன் பின்னர் பார்பரிக் கொள்ளையர்களுக்கு ஒட்டோமான் சுல்தான்களின் பாதுகாப்பு அப்படி ஒன்றும் பயன்படவில்லை. அதற்கு பதிலாக, ஐரோப்பிய நாடுகள் பார்பரிக் கொள்ளையர்களுடன் தனித்தனியே ஒப்பந்தம் செய்துகொள்ளத் தொடங்கின.

அதாவது இங்கிலாந்து தனியே போய், 'எங்கள் நாட்டுக் கப்பல்களையும் மக்களையும் மட்டும் தாக்காதீர்கள். அதற்கு பதில் வருடம் இவ்வளவு கப்பம் தருகிறோம்' என்று ஒப்பந்தம் செய்து கொள்ளும். மற்ற நாடுகளும் இப்படியே.

இதில் வேடிக்கை என்னவென்றால் ஒவ்வொரு நாடும் தங்கள் எதிரி நாட்டுக் கப்பல்களைத் தாக்கினால், கண்டுகொள்ள மாட்டோமென கொள்ளையர்களுக்கு உறுதி அளித்தன.

பிறகு என்ன? கொள்ளையர்களுக்குக் கொண்டாட்டம்தான். இங்கிலாந்து கப்பம் கட்டி விட்டால், பிரெஞ்சுக் கப்பல்களைத் தாக்குவார்கள். பிரான்ஸ் பணம் தந்தால், இத்தாலிய கப்பல்கள்.

இப்படி மாற்றி மாற்றித் தாக்கியே பிழைப்பு நடத்தின பார்பரி நாடுகள். ஆனால், பல முறை எசகு பிசகாக யாரிடம் ஒப்பந்தம் செய்துள்ளோம் என்பதை மறந்து கப்பம் கட்டிய நாடுகளின் கப்பல்களையே தாக்கிய சம்பவங்களும் நடந்தன.

இப்படி ஏதேனும் நடந்தால் காசு கொடுத்த நாடு கொதித்தெழும். போர்க் கப்பல்களை அனுப்பி, பார்பரிக் கொள்ளையர்களின் தலைநகரங்களின் மீது குண்டு மழை பொழியும். பார்பரி நாடுகளின் டே (அரசர்) அவர்களைச் சமாதானம் செய்து, புதிய ஒப்பந்தம் செய்து அனுப்பி வைப்பார். கொஞ்ச வருஷம் அந்த ஒப்பந்தத்தை மதிப்பார், பின்னர் மீண்டும் பழைய கதைதான்.

இங்கிலாந்து, பிரான்ஸ், நெதர்லாந்து, ஸ்பெயின், இத்தாலி எனப் பெரும்பாலும் அனைத்து ஐரோப்பிய நாடுகளும் ஏதேனும் ஒரு காலகட்டத்தில் முக்கிய பார்பரி துறைமுகங்களான திரிபோலி, அல்ஜியர்சைத் தாக்கியுள்ளன. ஆனால், ஒரு நாட்டால் கூட பார்பரிக் கொள்ளையரை வேரோடு அழிக்க முயலவில்லை.

பின்னாளில், எதிரிகளுக்கு எதிராக அவர்களைப் பயன்படுத்த விரும்பியதே இதற்குக் காரணம். இங்கிலாந்து, அவர்களை

பிரெஞ்சுக் கப்பல்களைத் தாக்கப் பயன்படுத்திக் கொண்டது. பிரான்சோ அவர்களை ஸ்பெயினை நோக்கி ஏவிவிட்டது. பார்பரிக் கொள்ளையர்களைப் பற்றி ஐரோப்பிய நாடுகள் கொண்டிருந்த இரட்டை நிலைக்கு இங்கிலாந்து பாராளுமன்றத்தில் நடந்த விவாதங்களே சாட்சியாக இருக்கின்றன.

கொள்ளையர்களை ஒழிக்க அரசு நடவடிக்கை எடுக்கவேண்டும் என்று வாதாடிய நாடாளுமன்ற உறுப்பினர்களே, பிரான்ஸுக்கு எதிராக அவர்களைத் தூண்டிவிட வேண்டுமென வெளிப்படையாகக் கேட்டுக்கொண்டனர்.

பார்பரிக் கொள்ளையர்களுக்கென 'நைட்ஸ் டெம்பளார்கள்' போன்ற தனிப்பட்ட விரோதிகள் இருக்கத்தான் செய்தார்கள். மத்திய தரைக்கடல் தீவான மால்டாவில் வாழ்ந்த இவர்கள் பல நூற்றாண்டுகளாக கொள்ளையரை அழிக்கப் பாடுபட்டனர். ஆனால், நெப்போலியன் காலத்தில், அவர் மால்டாவைக் கைப்பற்றி அவர்களை வெளியேற்றி விட்டார். இப்படி கொள்ளையர்களை எதிர்த்தவர்களைக்கூட ஐரோப்பிய நாடுகள் சுதந்தரமாகச் செயல்பட அனுமதிக்கவில்லை.

இப்படி ஏதாவது ஒரு ஐரோப்பிய நாட்டின் ஆதரவுடன் உல்லாசமாக வாழ்க்கை நடத்திக் கொண்டிருந்த பார்பரிக் கொள்ளையர்களுக்கு எமன், அமெரிக்கா வடிவத்தில் வந்து சேர்ந்தான். 1776 வரை அமெரிக்கா, இங்கிலாந்தின் காலனியாக இருந்தது. எனவே, அமெரிக்க கப்பல்களும் இங்கிலாந்து- பார்பரிக் கொள்ளையர்கள் ஒப்பந்தத்தின் கீழ் பாதுகாப்பாகச் சென்று வந்தன. ஆனால், அமெரிக்கா விடுதலையடைந்து தனிநாடான பின்பு பார்பரிக் கொள்ளையர்கள் அமெரிக்க கப்பல்களைத் தாக்க ஆரம்பித்தனர்.

அமெரிக்கர்கள் தனியே எதுவும் அவர்களுடன் ஒப்பந்தம் செய்து கொள்ளவில்லையே! இத்தாக்குதல்களைக் கேள்விப்பட்டதும் ஐரோப்பாவுக்கான அமெரிக்க தூதர்கள் வில்லியம் ஜெஃபர்சனும் ஜான் ஆடம்சும் (பின்னாளில் இருவருமே அமெரிக்க அதிபர்களானார்கள்) இங்கிலாந்துக்கான பார்பரிக் தூதர் அப்துல் ரகுமான் ஆஜாவை சந்தித்துப் பேரம் பேசினார்கள்.

அப்போது புது நாடான அமெரிக்காவிடம் கப்பல் படை எதுவும் கிடையாது. அதனால் ஆஜா அவர்களை ஒரு பொருட்டாக மதிக்கவில்லை. எப்படியும் பணிந்து விடுவார்கள் என்ற

மிதப்பில் கப்பத்தொகையை கன்னா பின்னாவென உயர்த்திச் சொன்னார்.

இஸ்லாத்தின் பெருமையை ஒப்புக்கொள்ளாத எந்த நாட்டையும் தாக்குவது தங்கள் மதக் கடமையென்றும் கூறிவிட்டார். (அதாவது மதக்கடமையை மறக்க வேண்டுமெனில் கனமான மாமூல் வேண்டுமென்று அர்த்தம்).

புதிய தேசமான அமெரிக்காவால் அவர் கேட்ட தொகையைக் கொடுக்க இயலவில்லை. ஆனால் என்ன செய்வது? அமெரிக்கா வுக்குக் கடலில் பலம் கிடையாது. கேட்டதைக் கொடுக்க முயற்சி செய்தது. ஆனால், புது நாடாகையால் அவர்களால் கப்பத்தொகையை எளிதில் திரட்ட முடியவில்லை.

கப்பத்தொகை முழுதும் கிடைக்காததால் பார்பரிக் கொள்ளையர் அமெரிக்க வர்த்தகக் கப்பல்களைத் தாக்கி, அமெரிக்க பயணி களை அடிமைப்படுத்தத் தொடங்கினர். அமெரிக்கா விழித்துக் கொண்டது. கொள்ளையருக்குக் கப்பம் கொடுப்பதைவிட, அந்தக் காசில் ஒரு பெரிய கடற்படையை உருவாக்கி, அவர்கள் கொட்டத்தை அடக்க முடிவு செய்தது.

அமெரிக்காவுக்கென ஐரோப்பாவில் தனிப்பட்ட விரோதிகள் கிடையாது. எனவே, கொள்ளையரின் சேவையும் அவர்களுக்குத் தேவைப்படவில்லை. 1794 -ல் அமெரிக்கர்கள் தங்களுக்கென ஒரு கடற்படையை உருவாக்கத் தொடங்கினர். ஏழாண்டு களுக்குள் அது வல்லமை வாய்ந்த படையாக உருவெடுத்தது.

1801ஆம் ஆண்டு 'முதல் பார்பரி போர்' மூண்டது. நான்காண்டுகள் நடைபெற்ற இப்போரில் அமெரிக்கா வெற்றி பெற்றது. பார்பரி ஆட்சியாளர்கள் வருங்காலத்தில் அமெரிக்க கப்பல்களை தாக்குவதில்லையென வாக்குறுதி அளித்தனர். ஆனால், கொஞ்சநாளில் அந்த வாக்குறுதியைக் காற்றில் பறக்க விட்டு, முன்பு போல மீண்டும் அமெரிக்க கப்பல்களைக் கொள்ளை யடிக்க ஆரம்பித்தனர்.

சிறிது காலம் இங்கிலாந்துடன் ஏற்பட்ட போரினால் திசை திரும்பியிருந்த அமெரிக்காவின் கவனம் மீண்டும் 1815ஆம் ஆண்டு பார்பரி கடற்கரையை நோக்கித் திரும்பியது.

இம்முறை, அமெரிக்க படைகள் அல்ஜியர்சையும், திரிபோலி யையும் நையப்புடைத்தன. கொள்ளையர்களின் பல

கப்பல்களை எரித்து அவர்களது துறைமுகங்களை நாசம் செய்தன. பார்பரி நாடுகளின் பலம் முழுவதும் முறியடிக்கப் பட்டது.

நெப்போலியப் போர்கள் ஓய்ந்திருந்த ஐரோப்பாவில், நீண்ட நாள்களுக்குப் பின் நாடுகளுக்கிடையே ஒற்றுமை உண்டாகத் தொடங்கியது. அமெரிக்கர்களுக்கு ஆதரவாக பார்பரிக் கொள்ளையரை எதிர்த்து ஐரோப்பிய நாடுகளும் களத்தில் இறங்கின.

கொஞ்சம் காலம் கழித்து, பார்பரிக் கொள்ளையர்கள் மீண்டும் தலை தூக்க எண்ணியபோது ஐரோப்பிய அரசியல் நிலவரம் தலைகீழாக மாறியிருந்தது. முன்னணி ஐரோப்பிய நாடுகள் எல்லாம் ஒற்றுமையாகி இருந்தன. அடிமைத் தொழிலுக்கு எதிராக மனிதாபிமானிகளும் கிறிஸ்தவ பிரசாரகர்களும் தொடங் கிய இயக்கம் மக்களின் மனதை மாற்றுவதில் பெருவெற்றி யடைந்தது.

அடிமைத் தொழில் ஐரோப்பாவெங்கும் தடை செய்யப்பட்டு, அத்தொழிலில் ஈடுபடும் கொள்ளையர்களை வேரோடு அழிக்க வேண்டும் என பெரிய ஐரோப்பிய நாடுகள் ஒப்பந்தம் செய்து கொண்டன.

இப்படி நிலைமை மாறியது தெரியாமல் பார்பரிக் கொள்ளையர் தங்கள் கைவரிசையை லேசாகக் காட்டியதும், இதற்காகவே காத்திருந்தது போல பிரான்ஸ், பார்பரி நாடுகளின் மீது படை யெடுத்து ஆக்கிரமித்துக்கொண்டது.

எட்டு நூற்றாண்டுகளாக அட்டகாசம் செய்து வந்த கொள்ளையர் தேசங்கள் அடுத்த நூற்று முப்பதாண்டுகள் அல்ஜீரியா என்ற பெயரில், பிரான்ஸுக்கு அடிமை பட்டுப் போயின. பார்பரிக் கொள்ளையர்கள்தான் ஐரோப்பாவில் கடைசியாக தொழில் செய்த கொள்ளையர்கள். அவர்கள் அழிந்த பின்னர் இன்று வரை மத்திய தரைக்கடல் பகுதியில் கொள்ளைச் சம்பவங்கள் எதுவும் நடைபெறவில்லை.

6
ராஜ்ஜியம் உண்ட ஆள!

தேசங்களே பிற தேசங்களைக் கொள்ளையடித்ததையும், கொள்ளையர்களை வளர்த்துவிட்டதையும் பற்றி முந்தைய அத்தியாயங்களில் பார்த்தோம். வளர்த்த கடா மார்பில் பாயும் என்பது போல ஐரோப்பிய நாடுகள் உருவாக்கிய அப்படிப்பட்ட பல தனியார் கப்பல்படைகள், வெகு சீக்கிரமே கடல் கொள்ளையர்களாக மாறிவிட்டன.

கொட்டிக் கிடக்கும் செல்வம், பரந்து விரிந்த அட்லாண்டிக் பெருங்கடல், பேராசை பிடித்த பேரரசுகள், ஒற்றுமையில்லா ஐரோப்பிய நாடுகள், தட்டிக் கேட்க ஆளில்லாத தனியார் கப்பல்கள் - இதுதான் பதினேழு, பதினெட்டாம் நூற்றாண்டுகளில் மேலை நாடுகளின் நிலைமை. இது கடல் கொள்ளையர்கள் செழிக்க ரொம்ப வசதியான சூழலை உருவாக்கிக் கொடுத்தது. இதுவரை கண்டிராத அளவுக்குக் கடல் கொள்ளை பெருகியது. வரலாற்றாளர்களால் கடல் கொள்ளையின் பொற்காலம் (Golden Age of Piracy) என்று அழைக்கப்படும் இக்காலகட்டத்தைப் பற்றிப் பார்ப்போம்.

அமெரிக்க கண்டம் கண்டுபிடிக்கப்பட்ட இருநூறு ஆண்டுகளுக்குள் ஐரோப்பிய நாடுகள் அங்கே பல காலனிகளை உருவாக்கி, தங்கள் மக்களைக் குடியேற்றின. பெரும் பரப்பளவில் பண்ணைகளும் தோட்டங்களும் உருவாக்கப்பட்டு பருத்தி, கரும்பு ஆகியவை பயிரிடப்பட்டன.

இந்தத் தோட்டங்களில் வேலை செய்வதற்காக ஆப்பிரிக்காவிலிருந்து பல்லாயிரக்கணக்கான கருப்பு அடிமைகள் இறக்குமதி செய்யப்பட்டனர். பதினேழாம் நூற்றாண்டின் கடைசிப் பகுதியில் இங்கிலாந்து, பிரான்ஸ், ஸ்பெயின், போர்ச்சுகல் போன்ற அனைத்து முன்னணி ஐரோப்பிய நாடுகளுக்கும் அமெரிக்காவில் காலனிகள் இருந்தன.

காலனிகள் அனைத்தும் அவற்றின் தாய்நாடுகளின் நேரடிக் கட்டுப்பாட்டில் இருந்தன. அவற்றை நிர்வகிக்க ஆளுநர்கள் அவ்வப்போது தலைநகரங்களிலிருந்து அனுப்பப்படுவர்.

இப்படி காலனியாதிக்கம் நாளொரு மேனியும், பொழுதொரு வண்ணமாக வளர்ந்து வந்தது. கூடவே நிர்வாகச் சிக்கல்களும் பெருகின. காலனிகளுக்கும் ஐரோப்பாவுக்கும் நடுவே அட்லாண்டிக் கடல் இருந்தது. அதைக் கடப்பதற்கு அதிவேகமான கப்பலென்றாலும் குறைந்த பட்சம் சில வாரங்களாவது ஆகும். புயல் காலத்தில் சில மாதங்கள்கூட ஆகலாம்.

காலனிகளுக்கும் ஐரோப்பாவுக்கும் இடையே வர்த்தகம் வருடந்தோறும் பெருகி வந்ததால், கப்பல்களுக்கும் மாலுமிகளுக்கும் பெரும் கிராக்கி ஏற்பட்டது. கடல் வழிகளைப் பாதுகாக்கும் கடற்படைகளிலும் இதே போல் பற்றாக்குறை ஏற்பட்டது. ஆனால், கப்பலில் பணியாற்ற மக்கள் யாரும் எளிதில் முன்வரவில்லை. மாலுமி வாழ்க்கையின் அபாயங்களும், கப்பல்களில் அவர்கள் கடுமையாக நடத்தப்பட்டதும் மக்களை ஒதுங்கிப் போக வைத்தன.

கப்பல் வாழ்க்கை என்பது சாதாரணமானதல்ல. ஒவ்வொரு பிரயாணமும் மாதக் கணக்கில் நீடிக்கும். உயிருடன் திரும்பி வருவோம் என்பதற்கு எந்த உத்தரவாதமும் இல்லை. ஊதியமோ மிகக் குறைவு. அதுவும் சரியாக வழங்கப்படுவது சந்தேகம். கப்பல்களின் மேலதிகாரிகள் ஊழலுக்குப் பேர் போனவர்கள். மாலுமிகளின் சம்பளத்தைத் திருடுவது, அவர்களுக்கான

உணவை, உடைகளை வாங்குவதில் ஊழல் எனப் பலவகை களிலும் தங்கள் கைவரிசையைக் காட்டி வந்தனர்.

பெரும்பாலும் படிப்பறிவில்லாதவர்களாக இருந்த மாலுமி களால் இதை எதிர்த்து எதுவும் செய்ய முடியவில்லை. எதிர்த்துப் பேசினால் சாட்டையடி விழும், வாரக் கணக்கில் இருட்டறை யில் அடைத்து வைக்கப்படுவார்கள், அல்லது பட்டினி போடப் படுவார்கள். பல சமயங்களில் சிறு குற்றங்களுக்குக் கூடத் தூக்கில் போட்டு விடுவார்கள். பெரும்பாலான மாலுமிகள் கடுமையான கப்பல் வாழ்க்கையிலிருந்து தப்பிக்க வாய்ப்புகளை எதிர்பார்த்துக் காத்திருந்தனர்.

எவ்வளவு நல்லவர்களாக இருந்தாலும், ஒரு அளவுக்கு மேல் கொடுமைகளைத் தாங்க முடியாதல்லவா? அதுதான் நடந்தது. பல கப்பல்களில் மாலுமி புரட்சிகள் வெடித்தன. மாலுமிகள் தங்கள் மேலதிகாரிகளைக் கொன்று கப்பல்களைக் கைப் பற்றினர். புரட்சிக்குப் பின், அவர்களால் தாய்நாடு திரும்ப முடியாது. திரும்பினால் தூக்குதான். எனவே, கொள்ளையராக மாறுவதைத் தவிர அவர்களுக்கு வேறு வழியிருக்கவில்லை.

கடுமையான மாலுமி வாழ்க்கையைவிட கொள்ளையர் வாழ்க்கை அவர்களுக்கு எளிதாகத் தெரிந்தது. இப்படித்தான் பல புதிய கொள்ளையர் கூட்டங்கள் உருவாயின. இவர்களுடன் பல தனியார் கப்பல்களும் சேர்ந்து கொண்டன. பதினெட்டாம் நூற்றாண்டின் தொடக்கத்தில் நடைபெற்ற ஸ்பானிஷ் வாரி சுரிமைப் போரால் தனியார் போர்க் கப்பல்களின் எண்ணிக்கை நூற்றுக்கணக்கில் அதிகரித்திருந்தது.

ஸ்பானிஷ் பேரரசர் இரண்டாம் சார்லஸ், வாரிசு இல்லாமல் இறந்து போனதால், இங்கிலாந்து, பிரான்ஸ், நெதர்லாந்து, பிரஷ்யா போன்ற நாடுகள் தத்தமது ஆதரவாளர்களை ஸ்பானிஷ் அரியணையில் அமர வைக்க அடித்துக்கொண்டன. பெரும் போர் மூண்டது.

ஒவ்வொரு நாடும் எதிரி நாட்டுக் கப்பல்களைத் தாக்குவதற்காக நூற்றுக்கணக்கில் தனியார் கப்பல்களுக்கு உரிமம் அளித்தன. இந்தப் போர் எதிர்பார்த்ததைவிட சீக்கிரம் முடிந்து விட்டதால், இந்தத் தனியார் கப்பல்கள் திடீரென அனாதைகளாயின. இக்கப்பல்களின் மாலுமிகள் அமைதி காலத்தில் சில்லறைக்கு

வழியில்லாமல் திணறினர். பெரும் செலவு செய்து கப்பல்களை ஏற்பாடு செய்து, முத்திரைக் கடிதங்களைப் பெற்றிருந்த தனியார் முதலீட்டாளர்கள் திவாலாகும் நிலைக்குத் தள்ளப்பட்டனர்.

அவர்களில் பலர் போண்டியாவதைவிடக் கொள்ளையராக மாறுவது நல்லது என்ற முடிவுக்கு வந்து, கரீபியன் தீவுக் கூட்டங்களை நோக்கித் தங்கள் கப்பல்களைச் செலுத்தினர். ஏற்கெனவே புரட்சி செய்து கொள்ளையர்களாக மாறியிருந்த கப்பல் மாலுமிகளின் வெற்றி இவர்களுக்கு நம்பிக்கை அளித்தது.

இப்படி உருவான புதுக்கொள்ளையர்களை ஐரோப்பிய நாடுகளின் கடற்படைகளால் ஒன்றும் செய்ய முடியவில்லை. ஏன் தெரியுமா? ஸ்பானிஷ் வாரிசுரிமைப் போரில் ஈடுபட்ட அனைத்து ஐரோப்பிய நாடுகளும் கிட்டத்தட்ட திவாலாகிப் போயிருந்தன.

போருக்காகப் பெரும்செலவு செய்து கட்டப்பட்ட போர்க் கப்பல்கள், அமைதி ஒப்பந்தம் கையெழுத்தானவுடன் வெள்ளை யானைகளாக மாறின. எனவே, அனைத்து நாடுகளும் தங்கள் கடற்படைகளில் ஆட்குறைப்புச் செய்யத் தொடங்கின. இதனால், பல்லாயிரக்கணக்கான கடற்படை மாலுமிகள் வேலையிழந்து திண்டாடினர்.

இப்படி பலம் குறைந்த கடற்படைகளுக்கு புதிய தலைமுறைக் கொள்ளையர்களைத் தடுக்குமளவுக்கு திராணியில்லை. வேலை யிழந்த கடற்படை மாலுமிகளுக்கு கடற்கொள்ளையரைப் பற்றிய கதைகள் புதிய நம்பிக்கை அளித்தன. பிச்சையெடுத்து, பட்டினியால் சாவதைவிட, கொள்ளையராக மாறுவது மேல் என்று முடிவு செய்து அவர்களும் கரீபியன் தீவுகளுக்கு விரைந்தனர்.

கரீபியன் தீவுகளில் இருந்த காலனிகளும் போரினால் கடுமையாக பாதிக்கப்பட்டிருந்தன. போரில் முனைப்பாக இருந்த ஐரோப்பிய நாடுகளால் தங்கள் கரீபியன் காலனிகளைச் சரிவர கவனிக்க முடியவில்லை. இதனால், அங்கே சட்டம் ஒழுங்கு சீர்குலைந்து போனது. பெரும்பாலான காலனி நிர்வாகிகள் புதிய தலை முறைக் கொள்ளையரின் கையாள்களாக மாறிவிட்டனர்.

கொள்ளைப் பொருள்களில் பங்கு வாங்கிக்கொண்டு கொள்ளை யர்களின் செயல்களைக் கண்டுகொள்ளாமல் விட்டுவிட்டனர்.

புயல்களால் பலமுறைத் தாக்கப்பட்டு, பெரும் சேதமடைந் திருந்த பஹாமாஸ் தீவு, கொள்ளையரின் முழுக் கட்டுப் பாட்டுக்குள் வந்தது. அங்கொன்றும் இங்கொன்றுமாக நடந்து கொண்டிருந்த கொள்ளைச் சம்பவங்கள் பூதாகரமாக வெடித்துப் பரவக் காரணமாக 1715-ல் ஒரு சம்பவம் நடந்தது.

போர்க்காலத்தில், ஸ்பெயினுக்கு புதிய உலகின் (அமெரிக்கா) செல்வங்களைக் கொண்டு போவது நிறுத்தி வைக்கப் பட்டிருந்தது. போர் நிறுத்தம் கையெழுத்தான பின், பல வருடப் புதையலை ஏற்றிக்கொண்டு புறப்பட்ட பதினோரு ஸ்பானிஷ் புதையல் கப்பல்கள் ஃபுளோரிடா அருகில் பெரும்புயலில் சிக்கி மூழ்கின. புதையல் கப்பல்கள் தரைதட்டி மூழ்கிய செய்தி கரீபியன் தீவு முழுவதும் காட்டுத் தீ போலப் பரவியது.

வேலையில்லாத மாலுமிகள், பிழைக்க வழியில்லாமல் திண்டாடும் தனியார் கப்பல் கேப்டன்கள், சின்னச் சின்னதாகக் கொள்ளையடித்து வந்த புதிய தலைமுறைக் கொள்ளையர்கள்... என விடிவு காலத்தை எதிர்பார்த்திருந்த பல்லாயிரக்கணக்கானோ ரின் காதுகளில் இச்செய்தி தேனாகப் பாய்ந்தது. அதுவரை சட்டத் துக்குட்பட்டு நடந்து வந்தவரையும் பொன்னாசைக் கொள்ளைய ராக மாற்றியது.

தரைதட்டிய புதையல் கப்பல்களைக் கொள்ளையடிக்கப் பெரும் கூட்டங்கள் கிளம்பின. ஆனால், பெஞ்சமின் ஹார்னிகோல்ட் என்ற கொள்ளையர் கேப்டனால் மட்டுமே அப்புதையலில் ஒரு பகுதியைக் கைப்பற்ற முடிந்தது. முதல் முயற்சி தோல்வியில் முடிந்தாலும், திரண்ட கொள்ளையர்கள் திரும்பிப் போக வில்லை.

சுதந்தர காற்றை ஒருமுறை சுவாசித்த பிறகு கடுமையான வறுமை நிறைந்த பழைய வாழ்க்கைக்குத் திரும்ப அவர்களுக்கு மன மில்லை. வெற்றியோ, தோல்வியோ புதிய தொழிலைத் தொடர்ந்து செய்வதென முடிவு செய்து பஹாமாசில் தங்கி விட்டனர். இக்கொள்ளைக் கூட்டம்தான் அடுத்த சில வருடங் களுக்குள் கரீபியன் பகுதி முழுவதையும் தனது ஆதிக்கத்தின் கீழ் கொண்டுவந்து கொள்ளையர் குடியரசு உருவாக வித்திட்டது.

ஹார்னிகோல்ட் தலைமையில் ஒரு கொள்ளையர் கடற்படை உருவானது. பின்னாளில் கொள்ளையர் கேப்டன்களாகப்

புகழ்பெற்ற 'கறுப்பு' சாம் பெல்லாமி, 'கருந்தாடி' எட்வர்ட் தாச், 'பருந்து' ஆலிவர் (Oliver La Buse) ஆகியோர் ஹார்னிகோல்டின் தளபதிகளாயினர். இங்கிலாந்து, பிரான்ஸ், டச்சு என தேச வேறுபாடின்றி எல்லா நாட்டுக் கொள்ளையர்களும் இந்தக் கொள்ளையர் கூட்டத்தில் உறுப்பினர்களாயினர். முக்கியமான முடிவுகள் அனைத்தும் ஜனநாயக முறைப்படி எடுக்கப்பட்டன.

கொள்ளையர்களுள் வாக்கெடுப்பு நடத்தப்பட்டு பெரும்பாலானோர் விரும்புவதே கொள்கையாகக் கொள்ளப்பட்டது. தங்கள் கேப்டன்களைத் தேர்ந்தெடுக்கவும், பிடிக்கவில்லையெனில் பதவியிறக்கவும்கூடக் கொள்ளையர்களுக்கு உரிமை இருந்தது.

தினம் தினம் புதிய உறுப்பினர்களின் வரவால் இக்கொள்ளையர் கூட்டமைப்பின் பலம் பெருகியது. கறுப்பு பெல்லாமியும் ஆலிவரும் கரீபியன் பகுதிகளில் கப்பல்களைத் தாக்க அனுப்பப்பட்டனர். ஒரு வருடத்துக்குள் பல தேசத்துக் கப்பல்களைக் கைப்பற்றி அவற்றின் சரக்குகளைக் கொள்ளையிட்டனர்.

இதில் வேடிக்கை என்னவென்றால், அவர்கள் கொள்ளையிட்ட பல கப்பல்களில் இருந்து அவர்கள் கூட்டத்துக்கு புதிய உறுப்பினர்கள் கிடைத்தனர். கொள்ளையர் கப்பல்களில் மாலுமிகளுக்குக் கிடைக்கும் சுதந்தரத்தையும், அவர்கள் நன்றாக நடத்தப்படுவதையும் நேரில் கண்ட வர்த்தகக் கப்பல் மாலுமிகள் பலர் தாமாகவே விரும்பி கொள்ளையர் கூட்டத்தில் சேர்ந்தனர்.

பெல்லாமி தலைமையில் வெகு ஜோராகக் கொள்ளை நடந்து கொண்டிருந்த போது, ஹார்னிகோல்டு, பஹாமாசின் தலைநகரான நசாவு துறைமுகத்தை பலப்படுத்திக்கொண்டிருந்தார். கொள்ளையரின் அட்டகாசத்தைப் பார்த்துக்கொண்டு இங்கிலாந்தும் ஸ்பெயினும் சும்மா இருக்கமாட்டார்கள் என்பதை அவர் அறிந்திருந்தார். அதனால், கொள்ளையரை ஒழிக்க, கடற்படைகள் வந்து சேரும் முன், பஹாமாசில் கோட்டைக் கொத்தளங்களைக் கட்டத் தொடங்கினார்.

இவ்வாறு கி.பி. 1717ஆம் ஆண்டு கொள்ளையர்களின் கூட்டமைப்பு ஒரு குடியரசைப் போலச் செயல்படத் தொடங்கியது.

இப்படி ஒரு புதிய கொள்ளையர் அமைப்பு உருவான செய்தி, அமெரிக்க கண்டம் முழுதும் பரவியது. ஐரோப்பிய அதிகார

வர்க்கத்தால் பாதிக்கப்பட்டிருந்த பலதரப்பட்ட மக்களும் இப்புதிய அமைப்பில் தங்களை இணைத்துக்கொள்ள பஹாமாஸ் நோக்கி விரைந்தனர்.

காலனியாதிக்க முறையால் வாழ்வில் பிடிப்பிழந்திருந்த பல தரப்பட்ட மக்களின் பார்வையில் இந்தக் கொள்ளையர் குடியரசு, ஆதிக்க வர்க்கத்துக்கு எதிரான ஒரு அறைகூவலாகத் தெரிந்தது.

பண்ணைத் தோட்டங்களின் ஒப்பந்தத் தொழிலாளர்கள், விவசாயம் நொடித்துப் போன சிறு விவசாயிகள், தப்பித்துப் பதுங்கி வாழும் ஆப்பிரிக்க அடிமைகள், சிறு குற்றங்களுக்காக சிறையில் அடைக்கப்பட்ட கைதிகள், காவல் அதிகாரிகளால் தேடப்பட்ட குற்றவாளிகள், பிச்சைக்காரர்கள், வீட்டை விட்டு ஓடிய சிறுவர்கள்... எனப் பலரும் கொள்ளையர் குடியரசில் இணைவதற்காக கரீபியன் தீவுகளுக்குக் கிளம்பினர்.

ஆப்பிரிக்க கறுப்பின மக்களை அடிமைகளாக மட்டுமே கருதிய அக்காலச் சூழலில், கொள்ளையர் குடியரசு, அவர்களை மற்றவர் களுக்குச் சமமான குடிமக்களாக நடத்தியது. கறுப்பின மக்கள், மற்ற இனத்தவரை விடக் கீழானவர்கள் என்ற நிறவெறி கருத்து பரவலாக இருந்த காலத்தில் அவர்களை சமமாகக் கருதியவர்கள் கொள்ளையர்கள் மட்டுமே.

ஆப்பிரிக்க அடிமைகளின் பலத்தையும், விடுதலையைத் தக்க வைக்க அவர்கள் ஆவேசத்துடன் போரிடுவர் என்பதையும் அறிந்த சககொள்ளையர்கள் அவர்களைத் தங்கள் சகாக்களாகவே நடத்தினர். அக்காலத்தில் அமெரிக்க காலனிகள் அனைத்தும் ஆப்பிரிக்க அடிமைகளின் உழைப்பை நம்பியே நடந்து கொண்டிருந்தன. புதிய குடியரசைப் பற்றிய செய்தி பரவி, அதில் இணைய, பல அடிமைகள் தப்பிக்க முயன்றதால், காலனிய பொருளாதார முறையே ஆட்டம் கண்டது.

அடுத்த சில ஆண்டுகளில் கொள்ளையர் குடியரசு பெரும் வளர்ச்சியடைந்தது. பல புதிய கப்பல்கள் கைப்பற்றப்பட்டதால் ஹார்னிகோல்டின் தளபதிகளுக்கு கேப்டன்களாக பதவி உயர்வு அளிக்கப்பட்டது. நசாவு நகரத்தின் மக்கள் தொகையும் பெருகத் தொடங்கியது.

கொள்ளையர்கள், அவர்களது குடும்பங்கள், அவர்களுக்கு தளவாடங்களை விற்பனை செய்யும் வியாபாரிகள், கொள்ளைப்

பொருளை வாங்க வருபவர்கள் எனப் பலரும் குடியேறியதால் நசாவு ஒரு சின்ன வர்த்தகத் தலைநகராக மாறியது.

நசாவு நகரப் பெண்களெல்லாம் கொள்ளையரின் மனைவிகளாகவும் காதலிகளாகவும் மட்டும் இருந்து விடவில்லை. அவர்களில் பலர் கொள்ளையர்களுக்கு பெரும் உதவியாக இருந்தனர். ஆனி போனி, மேரி ரீட் போன்றோர் கொள்ளையர்களாகவே கப்பல்களில் பயணம் செய்தனர். 'மக்கள் அனைவரும் சமம்' என்ற கொள்கையைக் கொண்டிருந்த கொள்ளையர் கூட்டம், பெண் கொள்ளையர்களை எளிதில் ஏற்றுக்கொண்டது.

கொள்ளையர் கூட்டமைப்பில், ஒருமித்த கொள்கையென எதுவும் இருக்கவில்லை. கொள்ளையடிக்க வேண்டும், ஆளும் வர்க்கத்தின் கண்களில் விரல்விட்டு ஆட்ட வேண்டும், திறமைக்கேற்ற கூலி... இப்படிச் சில பொதுக் கூறுகளை மட்டுமே கொண்டிருந்தார்கள். கொள்ளைத் தொழிலுக்கு வந்த காரணங்கள்கூட கொள்ளையருக்கு கொள்ளையர் மாறுபட்டன.

பெல்லாமி போன்ற முன்னாள் மாலுமிகளுக்கு காலனிய வர்த்தக முறையின் மீதான வெறுப்பே கொள்ளையராக மாறக் காரணமாக இருந்தது. பருந்து ஆலிவியர் போன்றவர்களுக்கு கொள்ளையில் கிடைக்கும் பணமே தூண்டுகோல். ஹார்னிகோல்டுக்கோ பெருங் கூட்டத்தின் தலைவனாக இருக்கவேண்டுமென்ற ஆசை. கொள்ளையடிக்கும் முறைகளும் கொள்ளையர் கூட்டங்களுக்குள் மாறுபட்டன.

பெல்லாமி போன்ற கேப்டன்கள், அவர்கள் தாக்கும் கப்பல்களின் மாலுமிகளையும், பயணிகளையும் துன்புறுத்தாமல் நன்றாகவே நடத்தினர். கொள்ளையடிக்க முடியாத பொருள்களையும் நாசமாக்காமல் திருப்பிக் கொடுத்தார்கள்.

ஆனால், அனைத்து கொள்ளையர்களும் இப்படி சாதுவானவர்களாக இருக்கவில்லை. சார்லஸ் வேன், டெட் லோ போன்றவர்களின் குரூர குணம் அவர்களைத் தங்கள் கைதிகளிடம் கொடூரமாக நடந்துகொள்ளத் தூண்டியது.

இப்படிப் பல வேறுபாடுகளுக்கிடையே கொள்ளையர் கூட்டணி தங்கள் தொழிலைச் செய்து வந்தது. 1717-ல் கொள்ளையர் தலைவர்களுள் ஏற்பட்ட கருத்து வேறுபாடுகளால் கொள்ளையர்களின் பிதாமகரான ஹார்னிகோல்ட் தலைமைப் பதவியிலிருந்து

நீக்கப்பட்டார். அவருக்கு பதில் அவரது பிரதம சீடர் 'கருந்தாடி' எட்வர்ட் தாச் கொள்ளையர் தலைவராகத் தேர்ந்தெடுக்கப் பட்டார்.

கருந்தாடி கும்பல், கரீபியன் கடலில் தங்கள் கைவரிசையைக் காட்டிக்கொண்டிருந்த அதே நேரம், கறுப்பு சாம் பெல்லாமியின் கொள்ளையர் படை, வட அமெரிக்காவின் கடற்கரையைக் கொள்ளையடிக்க வடக்கு நோக்கி சென்றது. அங்கே ஒரு பெரும் புயலில் சிக்கி பெல்லாமியின் கப்பல் வைடா (Whydah) மூழ்கியது. பெல்லாமி உட்பட பெரும்பாலான கொள்ளையர்கள் இறந்தனர்.

பெல்லாமி இறந்து விட்டாலும், அவருடைய இடம் சீக்கிரமே காலிகோ ஜாக் ராக்கம், கறுப்பு பார்ட் (Black Bart), சார்லஸ் வேன் போன்ற கொள்ளையரால் நிரப்பப்பட்டது. ஹார்னிகோல்டும், கருந்தாடியும் வட அமெரிக்க கடற்பகுதியில் கொள்ளையடிக்கத் தொடங்கினர்.

இங்கிலாந்தின் அமெரிக்க காலனிகள் அனைத்தும் அவர்கள் அட்டகாசத்தால் அஞ்சி நடுங்கின. ஒரு கட்டத்தில் கொள்ளையர் தொந்தரவால் வடஅமெரிக்காவுக்கும் ஐரோப்பாவுக்கும் இடையே நடைபெற்ற கடல்வழிப் போக்குவரத்து முழுதும் துண்டிக்கப்பட்டது. ஐரோப்பியரின் அமெரிக்க பேரரசுகள் ஆட்டம் கண்டன.

அமெரிக்க காலனியாளர்கள் கொள்ளையரிடமிருந்து தங்களைக் காப்பாற்றுமாறு இங்கிலாந்தின் முதலாம் ஜார்ஜ் மன்னரிடம் முறையிடத் தொடங்கினார்கள். மன்னரும் நிலைமையின் தீவிரத்தை உணர்ந்துகொண்டார். கொள்ளையரின் கொட்டத்தை அடக்க வேண்டுமெனில் முதலில் பஹாமாஸ் தீவுகளைக் கட்டுக்குள் கொண்டுவர வேண்டுமென அவரது அமைச்சர்கள் வலியுறுத்தினர்.

எனவே பஹாமாஸுக்கு ஒரு புதிய ஆளுநரை நியமித்து அவரைப் படைபலத்துடன் கரீபியனுக்கு அனுப்பி வைத்தனர். வூட்ஸ் ரோஜர்ஸ் என்ற பெயர் கொண்ட அந்த ஆளுநர் வேலைக்கு ஏற்ற திறமைசாலிதான். அடிமை வர்த்தகரான அவர் ஸ்பானிஷ் வாரிசுரிமைப் போரின் போது தனியார் போர்க்கப்பல் கேப்டனாக வும் இருந்தவர்.

பாம்பின் கால் பாம்பறியும் என்பது போலக் கொள்ளையரின் தந்திரங்களை நன்கறிந்தவர் அவர். அடுத்த சில ஆண்டுகள் கரீபியன் கடலில் கொள்ளையருக்கும் ரோஜர்ஸுக்கும் கடும் பலப்பரீட்சை நடந்தது. இறுதியில் ரோஜர்ஸ் வென்று கொள்ளை யரின் கூட்டமைப்பை சிதறடித்தார். பஹாமாஸ் மீண்டும், இங்கிலாந்தின் கட்டுப்பாட்டுக்குள் வந்தது.

சில கொள்ளையர்கள் தப்பி, அங்கொன்றும் இங்கொன்றுமாகக் கப்பல்களைக் கொள்ளையடித்து வந்தாலும், அவர்களால் முன்பு போல ஒருங்கிணைந்து செயல்பட முடியவில்லை. ரோஜர்ஸ், கொள்ளையர்கள் கொட்டத்தை எப்படி அடக்கினார் என்பதைக் கொஞ்சம் விரிவாகப் பார்ப்போம்.

7
முடிவுக்கு வந்த ஆட்டம்

கொள்ளையர் கூட்டமைப்பின் அமோக வெற்றியே அவர்களின் வீழ்ச்சிக்குக் காரணமாக அமைந்தது. கொள்ளையரின் அட்டகாசங்கள் நாளுக்கு நாள் அதிகரித்து அமெரிக்க காலனிகள் ஐரோப்பாவிருந்து துண்டிக்கப்படும் நிலை உருவான போது இங்கிலாந்து அரசு விழித்துக் கொண்டது. கொள்ளையரை விட்டு வைத்தால் காலனிகளை இழக்க நேரிடும் என முதலாம் ஜார்ஜ் மன்னரின் ஆலோசகர்கள் அவரை எச்சரித்தனர்.

அதிகச் செலவாகாமல் கொள்ளை யரைக் கூண்டோடு ஒழிக்க ஒரு திட்டத்தை வகுக்க ஜார்ஜ் ஆணையிட் டார். ஸ்பானிஷ் வாரிசுரிமைப் போரில் ஈடுபட்டதால், இங்கிலாந்தின் கஜானா காலியாக இருந்தது. புதிய போர்க் கப்பல்களைக் கட்டவும், புதிய கடற் படையை அமைக்கவும் அரசிடம் பணம் இல்லை. என்ன செய்வது என்று யோசித்துக் கொண்டிருந்த ஜார்ஜின் அமைச்சர்களுக்கு வூட்ஸ் ரோஜர்சின் (Woodes Rogers) நினைவு வந்தது.

ரோஜர்சும் ஒரு முன்னாள் கொள்ளையர் தான் - முத்திரைக் கடிதம் பெற்று ஸ்பானிஷ் கப்பல்களை மட்டும் கொள்ளையடித்த ஒரு மரியாதைக்குரிய கொள்ளையர். அதாவது இங்கிலாந்தைப் பொறுத்த வரையில் ஒரு நல்ல தேசபக்தர்.

ஒரு செழிப்பான வர்த்தகக் குடும்பத்தில் பிறந்த ரோஜர்ஸ் வியாபாரி யாகத்தான் தனது வாழ்க்கையைத் தொடங்கினார். அதுவும் நல்ல லாபம் கொழிக்கும் வியாபாரம் - ஆப்பிரிக்க அடிமைகளை அமெரிக்காவில் விற்கும் வியாபாரம். ஸ்பானிஷ் வாரிசுரிமைப் போர் உச்சத்தில் இருந்தபோது அரசின் தூண்டுதலால் உருவான நூற்றுக்கணக்கான தனியார் கப்பல் கேப்டன்கள் / கொள்ளையர் களுள் ரோஜர்சும் ஒருவர். வர்த்தகத்தில் சம்பாதிப்பதை விட ஸ்பானிஷ் புதையல் கப்பல்களைக் கொள்ளையடித்தால் பல மடங்கு சம்பாதிக்கலாம் என்ற ஆசையில் அவர் கொள்ளையராக மாறினார்.

அட்லாண்டிக் கடலில் சக தனியார் கொள்ளையர்களின் போட்டி அதிகம் என்பதால் வித்தியாசமாக யோசித்து, பசிபிக் பெருங் கடலில் கொள்ளையடிக்கப் போனார் ரோஜர்ஸ். கொள்ளையில் வெற்றியும் கண்டு தாயகம் திரும்பிய அவர் கடன் தொல்லையால் பாதிக்கப்பட்டார். தனது பசிபிக் கடல் கொள்ளைகளைப் பற்றிப் புத்தகம் எழுதிக் காலந்தள்ளி வந்த அவர் இழந்த செல்வாக்கை எப்படியாவது மீண்டும் பெற வேண்டுமென உறுதி கொண்டிருந் தார்.

அப்போதுதான் அவருக்குக் கடல் கொள்ளையரைத் திருந்தி வாழச் செய்தால் அரசுக்கும் தனக்கும் நல்ல வருவாய் கிடைக்கும் என்ற யோசனை தோன்றியது.

முதலில் அவரது யோசனையைக் கேட்ட இங்கிலாந்து அரசு ஊழியர்கள் அதை ஒரு பொருட்டாக மதிக்கவில்லை. நொடித்துப் போன ஒரு வியாபாரியின் உளறல்களாகவே கருதினர். கொள்ளை யரை ஒழிக்கக் குறைந்த செலவில் திட்டம் தீட்டும்படி மன்னர் உத்தரவிட்டவுடன் அவர்களுக்கு ரோஜர்சின் நினைவு வந்தது.

ரோஜர்ஸின் திட்டத்தைத் தூசிதட்டி எடுத்தனர். அவரை பஹா மாசின் புதிய ஆளுநராகவும் அரசரின் நேரடி பிரதிநிதியாகவும் நியமித்தனர்.

மறுவாழ்வு கிடைத்த மகிழ்ச்சியில் ரோஜர்ஸ் ஊதியமில்லாமல் இந்தப் பொறுப்புகளைச் சுமக்க ஒப்புக்கொண்டார். அவரது திட்டத்தினால் அரசுக்கு ஒரு செலவும் கிடையாது. கொள்ளையரை எதிர்க்கப் புதிதாக அமைக்கப்பட்ட கடற்படைக்கான செலவை தனியார் முதலீட்டாளர்களே ஏற்றுக்கொண்டனர். அதற்குப் பிரதிபலனாக பஹாமாசில் வரி வசூலிக்கும் உரிமை அவர்களுக்குக் குத்தகைக்கு விடப்பட்டது. அதாவது கொள்ளையரை ஒழித்து பஹாமாஸ் தீவுகளை அரசின் கட்டுப்பாட்டில் கொண்டு வந்தால்தான் அவர்களது முதலீட்டைத் திரும்பப் பெற முடியும்.

ரோஜர்ஸ் முன்னாள் கொள்ளையராகையால், கொள்ளையர்களைப் பற்றி நன்கறிந்திருந்தார். அவர்களில் பலர் திருந்தி வாழ வாய்ப்புக் கிடைத்தால் கொள்ளைத் தொழிலை விட்டுவிடுவர் என்று நம்பினார். எனவே, மன்னரிடம் பேசிச் சரணடையும் கொள்ளையர்களுக்கு பொதுமன்னிப்பு வழங்க ஏற்பாடு செய்தார்.

ரோஜர்சின் கொள்ளையர் ஒழிப்புப் படை இங்கிலாந்திலிருந்து புறப்படும் முன்னரே கொள்ளையருக்குக் பொது மன்னிப்பு அளிக்கப் போகும் செய்தி அமெரிக்கா முழுவதும் பரவியது. இங்கிலாந்தின் கடற்படையை எதிர்பார்த்துக் காத்திருந்த கொள்ளையர்களின் தலைநகர் நசாவுவை இந்த பொது மன்னிப்புச் செய்தி எதிர்பாராத இடியாகத் தாக்கியது.

அதுவரை ஒற்றுமையாக இருந்த கொள்ளையர்கள் குடியரசில் விரிசல் விழ ஆரம்பித்தது. பொதுமன்னிப்புச் செய்தி நசாவுவை அடைந்தபோது, தளபதி 'கருந்தாடி' ஊரில் இல்லை. கொள்ளையடிப்பதற்காகச் சென்றிருந்தார். பொது மன்னிப்பு அறிவிப்பு, கொள்ளையர்களை இருபிரிவுகளாகப் பிரித்துவிட்டிருந்தது.

ஒரு பிரிவினர், பொதுமன்னிப்பை ஏற்றுச் சரணடைந்து விடலாம் என வாதிட்டனர். முன்னாள் தனியார் கொள்ளையர், வர்த்தக மாலுமிகள், பணத்துக்கான கொள்ளைத் தொழிலுக்கு வந்தவர்கள், கொள்ளையர் வாழ்க்கையிலிருந்து ஓய்வு பெற விரும்பியவர்கள் ஆகியோர் பொது மன்னிப்பை ஏற்க விரும்பினர்.

இங்கிலாந்தின் முழுபலத்தை எதிர்த்துப் போரிட்டால் அழிவு நிச்சயம், பேசாமல் கிடைத்தவரை லாபம் எனச் சரணடைந்து விடலாம் என்று அந்த கோஷ்டி வாதிட்டது. ஆரம்பத்தில் இந்த கோஷ்டியின் கைதான் ஓங்கியிருந்தது. பெரும்பாலான கொள்ளையர்கள் இவர்கள் வாதங்களை ஏற்றுக் கொண்டனர்.

நசாவு கோட்டையிலிருந்து கொள்ளையர் கொடி இறக்கப்பட்டு, பிரிட்டிஷ் கொடி ஏற்றப்பட்டது. ஆனால், வர்த்தக முறையின் மீதும், ஆளும் வர்க்கத்தினர் மீதும் வெறுப்புக் கொண்டு கொள்ளையர்களாக மாறியிருந்தவர்கள், சரணடைவதைக் கடுமையாக எதிர்த்தனர்.

கருந்தாடியின் சீடர் சார்லஸ் வேன், காலிகோ ஜாக் போன்ற கொள்ளையர்கள் பொது மன்னிப்பை எதிர்த்த கோஷ்டியின் தலைவர்களாக இருந்தனர். எக்காரணம் கொண்டும் சரணடையக் கூடாது என்பதில் இந்த கோஷ்டி உறுதியாக இருந்தது. அந்த உறுதி, பொது மன்னிப்பு கோஷ்டியில் இருந்த பல கொள்ளையர் களின் மனத்தை மாற்றியது.

இந்தப் பிரச்னையைக் கொள்ளையர்களால் பேசித் தீர்த்துக் கொள்ள முடியவில்லை. எப்படியானாலும் நசாவு மீது தாக்குதல் நடக்குமென கொள்ளையர்கள் நம்பினர். பொது மன்னிப்பு கோஷ்டி வட அமெரிக்க துறைமுகங்களுக்குச் சென்று சரணடையத் தயாரானது. கொள்ளையர்களின் முன்னாள் பிதாமகர் ஹார்னிகோல்டும் அவர்களுடன் இணைந்து கொண்டார்.

பல கொள்ளையர்கள் பொது மன்னிப்பு பற்றிய அதிகாரப் பூர்வ அறிவிப்பு வருமுன்னரே அருகிலுள்ள பிரிட்டிஷ் காலனி களுக்குச் சென்று சரணடையத் தொடங்கினார்கள். 'பருந்து' ஆலிவர் போன்ற சிலர், பிரிட்டிஷ் கடற்படையிடமிருந்து தப்பிக்க தென் அமெரிக்காவுக்குச் சென்றுவிட்டனர். மிச்ச மிருந்த கொள்ளையர்கள் சார்லஸ் வேனின் தலைமையில் ஒன்று கூடினர். இறுதிவரை போராடுவதென்று முடிவு செய்தனர்.

இப்படி கொள்ளையர் கூட்டமைப்பு சிதறிக் கொண்டிருந்த போது, அவர்களின் தலைவர் கருந்தாடி அதுவரை யாரும் கேள்விப்பட்டிராத அளவில் ஒரு கொள்ளைச் செயலைச்

செய்துகொண்டிருந்தார். பொது மன்னிப்பைப் பற்றிய செய்தி அவர் காதுகளையும் எட்டியிருந்தது. ஏழு கப்பல்களும் நூற்றுக்கணக்கான கொள்ளையர்களையும் கொண்டிருந்த அவரது கப்பல் படையிலும் அச்செய்தி சலசலப்பை ஏற்படுத்தியது.

கருந்தாடியின் மனதும் சிறிது சலனப்பட்டது. ஆனால், பொது மன்னிப்புக் கோருவதற்கான காலக்கெடு முடிவதற்கு முன் தன் பெயர் வரலாற்றில் நிலைத்து நிற்கும்படி, ஒரு கடைசிக் கொள்ளையை நிகழ்த்துவதென முடிவு செய்திருந்தார்.

1718-ல் கருந்தாடியின் கொள்ளையர் படை, தெற்கு கரோலினா வின் தலைநகரான சார்லஸ்டன் துறைமுகத்தை முற்றுகை யிட்டது. வட அமெரிக்காவில் ஒரு காலனியின் தலைநகரை கொள்ளையர்கள் முற்றுகையிட்டது அதுவே முதலும் கடைசியு மாகும். சார்லஸ்டனை தாக்கும் எண்ணமோ, கொள்ளை யடிக்கும் ஆசையோ கருந்தாடிக்குக் கிடையாது. தன் பெயர் வரலாற்றில் நிலைத்து நிற்கவேண்டுமென்பதுதான் அவரது குறிக்கோள்.

எனவே, சார்லஸ்டன் மக்களிடமிருந்து பணயத் தொகையைப் பெற்றுக்கொண்டு அந்த நகரை ஒன்றும் செய்யாமல் விட்டு விட்டார். பின்னர் தன் கப்பல்களை வேண்டுமென்றே தரை தட்டச் செய்துவிட்டு வட அமெரிக்காவின் ஆளுநரிடம் சரணடைந்துவிட்டார். பொது மன்னிப்புப் மன்னிப்புப் பெற்று, சாதாரணக் குடிமகனாக வாழத் தொடங்கிவிட்டார்.

அதற்குப் பின்னர் கொள்ளையர் கூட்டணியில் மிச்சமிருந்த பெருந்தலை சார்லஸ் வேன் மட்டுமே. ஜுலை 1718-ல் ஆளுநர் ரோஜர்சின் பிரிட்டிஷ் கடற்படை நசாவுத் துறைமுகத்தில் நுழைந்தபோது வேனின் கொள்ளைக் கூட்டம் மட்டுமே அவர்களை எதிர்க்க முயன்றது. ரோஜர்ஸுடன் நேரடியாக மோதுவது அழிவில் முடியும் என்பதை உணர்ந்துகொண்ட வேனும் அவரது கூட்டாளிகளும் நசாவுவிலிருந்து தப்பிச் சென்றனர். கொள்ளையர் தலைநகரம் மீண்டும் பிரிட்டன் வசமானது.

நசாவு வீழ்ந்தாலும் கொள்ளையரின் அட்டகாசங்கள் உடனே அடங்கிவிடவில்லை. மாறாக, அவர்கள் கரீபியன் பகுதியில்

இருந்து வெளியேறி வட அமெரிக்க கடற்கரையோரமாகத் தங்கள் தொழிலைத் தொடர்ந்தனர். நசாவுவிலிருந்து தப்பிச் சென்ற வேன், கருந்தாடியைப்போல சார்லஸ்டன் துறை முகத்தைத் தாக்கிக் கொள்ளையடித்தார்.

இதற்குள் ஓய்வு பெற்றிருந்த கருந்தாடிக்கு, திருந்தி வாழ்வது போரடித்துப் போனது. மீண்டும் கொள்ளைத் தொழிக்கே திரும்பினார். வெளிப்படையாக அரசாங்கங்களை எதிர்த்தால் வில்லங்கம் விளையும் என்னும் உண்மையை நசாவுவின் வீழ்ச்சி அவருக்குக் கற்றுக் கொடுத்திருந்தது.

மாறும் சூழ்நிலைக்கு ஏற்ப தனது தொழில்முறையை மாற்றிக் கொண்டார். ஆளும் வர்க்கத்தை எதிர்ப்பதற்குப் பதில் அவர் களைத் தன் பங்காளிகளாக்கிக் கொண்டார். வட கரோலினா மாநில ஆளுநரையும் தலைமை நீதிபதியையும் தன் கைக்குள் போட்டுக்கொண்டு முன் போல மீண்டும் கொள்ளையடிக்கத் தொடங்கினார்.

கருந்தாடி தொழிலுக்குத் திரும்பியதைக் கேட்டு மகிழ்ச்சி யடைந்த வேனும் தன் முன்னாள் குருநாதருடன் இணைந்து கொண்டார். அடுத்த சில ஆண்டுகளில் மீண்டும் வட அமெரிக்க கடற்கரைகளில், கொள்ளையர்கள் ஆதிக்கம் தலைதூக்கியது. ஆனால், இம்முறை ஆளும் வர்க்கத்தினர் முன்போல அல்லாமல் கொள்ளையரை ஒழிக்க வேகமாகச் செயல்பட்டனர்.

ஒருவர் பின் ஒருவராகக் கொள்ளையர்களின் தலைவர்கள் வேட்டையாடப்பட்டுக் கொல்லப்பட்டனர். இந்த வேட்டை வெற்றி அடைந்ததற்குக் காரணம், அதிகாரிகள், சரணடைந்த முன்னாள் கொள்ளையர்களின் உதவியைப் பெற்றிருந்ததுதான். ஒரு காலத்தில் கொள்ளையர் கூட்டணியின் பிதாமகராக விளங்கிய ஹார்னிகோல்ட் கூட பொது மன்னிப்புக் கிடைத்த வுடன் தன் முன்னாள் சீடர்களுக்கு எதிரியாகி விட்டார்.

அவர்களது யுத்திகளைப் பற்றி அதிகாரிகளுக்கு புரிய வைத்து அவர்களை வேட்டையாடுவதை எளிதாக்கினார். நவம்பர் 1718-ல் விர்ஜீனியா மாகாண கடற்படையுடன் நடந்த மோதலில் கருந்தாடி கொல்லப்பட்டார். துண்டிக்கப்பட்ட அவரது தலை மற்ற கொள்ளையர்களுக்கு ஒரு எச்சரிக்கையாக கடற்படைக் கப்பலின் பாய்மரத்தில் தொங்கவிடப்பட்டது.

அடுத்த சில ஆண்டுகளில் மற்றவர்களும் கொல்லப்பட்டனர். 1720-ல் காலிகோ ஜாக்கும், 1721-ல் சார்லஸ் வேனும் சிறை பிடிக்கப்பட்டு தூக்கிலிடப்பட்டனர். 1722-ல் ஆப்பிரிக்க கடற் கரைக்குத் தப்பிச் சென்ற கருப்பு பார்ட்டை பிரிட்டிஷ் கடற்படை சுற்றி வளைத்தது. சரணடைய மறுத்த பார்ட் அடுத்து நடந்த கடற்போரில் கொல்லப்பட்டார்.

இதே போல 1724-ல் எட்வர்ட் லோ, கரோலினா கடற்பகுதியில் கடற்படையுடன் நடந்த சண்டையில் மரணமடைந்தார். இவ்வாறு 1730க்குள் கொள்ளையர் கூட்டணியின் முக்கிய புள்ளிகள் அனைவருக்கும் முடிவு கட்டப்பட்டது.

'பருந்து' ஆலிவர் போன்ற ஒரு சிலர் மட்டும் தப்பிப் பிழைத்து இன்னும் கொஞ்ச காலம் உலகின் மற்ற பகுதிகளில் தங்கள் வேலையைக் காட்டிக்கொண்டு இருந்தனர். ஆனால், அவர்களைப் பின் தொடருவோர் எவரும் இல்லையென்பதால், கொள்ளையர் களின் பொற்காலம் ஒரு வழியாக முடிவுக்கு வந்தது.

கொள்ளையர் குடியரசு வீழ்ந்தபின் அதற்கு நிகராகக் கொள்ளை யர்களால் உலகின் எப்பகுதியிலும் ஆதிக்கம் செலுத்த முடிய வில்லை. கொள்ளையர் குடியரசின் எழுச்சியும் வீழ்ச்சியும் ஐரோப்பிய பேரரசுகளுக்கு ஒரு நல்ல பாடத்தைக் கற்றுக் கொடுத்தன. கடல் கடந்து உருவாக்கப்படும் காலனிகளின் பாது காப்பற்ற தன்மையை நன்றாக உணர்த்தி விட்டன.

சில ஆயிரம் எண்ணிக்கையுள்ள ஒரு கொள்ளையர்கள் கூட்டத் தால் காலனியமைப்பையே சீர்குலைக்க முடியுமென காலனி யாளர்கள் புரிந்துகொண்டனர். இம்மாதிரியான நிலை மீண்டும் உருவாகாமல் தடுக்க ஐரோப்பிய நாடுகள் காலனிகளின் படை களை பலப்படுத்தின.

கப்பல்களில் மாலுமிகள் நடத்தப்படும் விதம் மாற்றமடைந்து, அவர்களது நிலைமை சிறிதளவுக்கு முன்னேறியது. கொள்ளை யர்களது தைரியமும், அவர்களது ஆரம்பகால வெற்றியும், ஐரோப்பிய காலனிகளின் புரட்சியாளர்களுக்கு புதுத்தெம்பை அளித்தன.

பெரும்பலங்கொண்ட பேரரசுகளை எதிர்த்து வெல்ல முடியும் என்ற நம்பிக்கை பலருக்கு உண்டானது. கொள்ளையர்களை

அழித்த பின்னர் கரீபியன் பகுதிகளுக்கு அமைதி திரும்பியது. அவர்களை ஒழித்ததில் பெரும்பங்கு வகித்த ரோஜர்சும் நீண்ட நாள் உயிருடன் இருக்கவில்லை. இரண்டு முறை பஹாமாஸ் ஆளுநராக நியமிக்கப்பட்ட அவர், பதவியிலிருக்கும்போதே 1732-ல் மரணமடைந்தார்.

கொள்ளையர் குடியரசின் தலைவர்கள் ஒவ்வொருவராக மடிந்து கொண்டிருந்தபோதுதான் அவர்களை வரலாற்றில் அழியாப் புகழ்பெற வைக்கும் ஒரு காரியம் அரங்கேறியது. கொள்ளையர்களைப் பற்றி வதந்திகளும் மிகைப்படுத்தப்பட்ட கட்டுக்கதைகளும் சில ஆண்டுகளாக ஐரோப்பிய மக்களிடையே பெரும் வரவேற்பைப் பெற்றிருந்ததால், அவர்களைப் பற்றி மேலும் செய்திகளைத் தெரிந்து கொள்ள மக்கள் பெரும் ஆர்வம் காட்டினர்.

கொள்ளையரைப் பற்றிய புத்தகங்கள் டஜன் கணக்கில் வெளிவரத் தொடங்கின. அந்தப் புத்தகங்களைப் பதிப்பித்தல் ஒரு லாபகரமான தொழிலாக உருவானது. கொள்ளையரைப் பற்றிய சரியான தகவல்களைச் சேகரித்து வெளியிடுவதற்கு பதிப்பாளர்களிடையே கடும் போட்டி உருவானது.

இப்படிப் பல புத்தகங்கள் வெளியானாலும், 1724-ல் முதலில் வெளியான A General History of the Pyrates என்ற புத்தகமே ஏனைய புத்தகங்களைவிட அதிக வரவேற்பைப் பெற்றது. சிறந்த முறையில் ஆராய்ச்சி செய்யப்பட்டு எழுதப்பட்ட இந்தப் புத்தகம்தான் இன்றுவரை கொள்ளையர் குடியரசு மக்கள் மனதில் இடம் பெற்றிருப்பதற்கு முக்கியக் காரணம்.

பிற்கால ஆராய்ச்சியாளர்களுக்கு கொள்ளையரைப் பற்றித் தெரிந்துகொள்ள இந்தப் புத்தகம்தான் முக்கிய ஆவணமாக இருக்கிறது. சமகால வரலாற்றாளர்களும், அதிகாரிகளும் கொள்ளையரைத் திருடர்களாகவும், கொடூரமானவர்களாகவும் சித்தரித்தாலும், சாதாரண மக்களுக்கு எப்போதும் அவர்களது மேல் ஒரு தனிப் பிரியம் இருந்தது.

கொள்ளையர்களின் பொற்காலம் முடிந்து, கிட்டத்தட்ட முன்னூறாண்டுகள் முடிந்தும் இன்னும் மக்கள் அந்தக் கால கொள்ளையர்களை பற்றிய தகவல்களைத் தெரிந்துகொள்ள ஆர்வம் காட்டுகின்றனர்.

இதுவரை கரீபியன் கொள்ளையர்களைப் பற்றி நூற்றுக்கணக்கான புத்தகங்களும் திரைப்படங்களும் வெளியாகியுள்ளன. ஆனாலும் கொள்ளையர்களின் மீது மக்கள் கொண்டுள்ள மோகம் கொஞ்சம்கூடக் குறையவில்லை. கடந்த சில ஆண்டுகளாக உலகெங்கும் பெருத்த வரவேற்பைப் பெற்ற ‘பைரேட்ஸ் ஆஃப் தி கரீபியன்’ ஹாலிவுட் படத்தின் நான்காவது பாகம் கருந்தாடி எட்வர்ட் தாச்சைப் பற்றியது என்றால் பார்த்துக் கொள்ளுங்கள்.

8
ஆசியாவை அசைத்த கடல்கொள்ளை

ஆசியா உலகின் மிகப்பெரிய கண்டம். பல பழைய நாகரீகங்கள் ஆசியாவில் தான் தோன்றி, தழைத்தும் அழிந்தும் போயிருக்கின்றன. அமெரிக்க கண்டங்கள், ஐரோப்பியரால் கண்டுபிடிக்கப் படுவதற்கு முன்னால், உலக மக்கள் தொகையில் பெரும்பகுதி ஆசியாவில் தான் வாழ்ந்து வந்தது.

ஐரோப்பியர்கள், காட்டு விலங்குகளை வேட்டையாடி குகைகளில் வாழ்ந்து வந்த காலத்திலேயே ஆசிய சமுதாயங் கள் அறிவியலில் வியக்கத்தக்க விஷயங்களைச் செய்து முடித்திருந் தன. சீனா, இந்தியா போன்ற ஆசிய நாகரீகங்களுக்கிடையே பல்லாயிரக் கணக்கான ஆண்டுகளுக்கு முன்பே வர்த்தக உறவு தோன்றிவிட்டது. ஆசியாவின் நிலப்பரப்பு பெரிதென்ப தாலும், தொடர்ச்சியாக இருப்பதாலும் கடல்வழி வணிகத்தைவிட தரைவழி வர்த்தகத்தையே வர்த்தகர்கள் விரும் பினர்.

இதனால் ஐரோப்பிய வணிகர்களுக்கு இருந்தது போல, ஆசிய வணிகர்

களுக்கு கடல் கொள்ளையரின் அச்சுறுத்தல் இருந்ததில்லை. கொள்ளையர்களின் தொந்தரவால் ஒரு கடல்வழிப் பாதை ஆபத்தானதாக மாறினால், ஆசிய வணிகர்களால், அதற்கு பதில் வேறு கடல்வழி மற்றும் நிலவழிப் பாதைகளைப் பயன்படுத்த முடிந்தது. இதனால் ஆசிய நாடுகளுக்குள் நடைபெற்ற வர்த்தகத் துக்கு, கடல் கொள்ளை அப்படி ஒன்றும் பெரிய தொந்தரவாக இருந்ததில்லை.

ஆனால், ஆசிய-ஐரோப்பிய வர்த்தகத்தைப் பொறுத்தமட்டில் நிலைமை தலைகீழ். இந்த வர்த்தகத்துக்கு கடல்வழித் தொடர்புகள் இன்றியமையாதவை. ஐரோப்பிய வணிகர்களுக்கு ஆசியாவுக்கான நிலவழிப் பாதைகள் ஆபத்து நிறைந்தவை யாகவே விளங்கின. இதனால், ஆசியாவுடன் கடல்வழியாக வர்த்தகம் செய்யவே அவர்கள் விரும்பினார்கள். கடல்வழி வர்த்தகம் எங்கு தழைக்கிறதோ, அங்கு கூடவே கடல் கொள்ளை யும் வந்துவிடுமென்பதால் ஆசிய கடற்பகுதிகளிலும் கடல் கொள்ளை வளரத் தொடங்கியது.

ஐரோப்பாவிலிருந்து இந்தியாவுக்கும், கிழக்காசிய நாடு களுக்கும் போகும் ஐரோப்பிய சரக்குகள் முதலில் அரபிக்கடலை அடையவேண்டும். பதினாறாம் நூற்றாண்டுதான் அரபிக்கடலை அடையும் கடல் பாதை கண்டுபிடிக்கப்பட்டது. அதற்கு முன், ஆசியாவுக்குச் செல்லும் சரக்குகள் மத்திய தரைக்கடல் வழியாக எகிப்து வந்து, அங்கிருந்து நிலம் வழியாக செங்கடலுக்குக் கொண்டு செல்லப்பட்டன.

செங்கடல் துறைமுகங்களில் மீண்டும் கப்பல்களில் ஏற்றப் பட்டு, அரபிக்கடல் வழியாக இந்திய துறைமுகங்களுக்கு அனுப்பப்பட்டன. இந்த சரக்குக் கப்பல்களைச் சூறையாட அரபிக்கடலில் இரு பக்கமும் கொள்ளையர்கள் காத்திருப்பார் கள். இந்தக் கொள்ளையர்களைப் பற்றிய குறிப்புகள் ரோம் வரைபடங்களில் இடம் பெற்றுள்ளன.

கி.பி முதலாம் நூற்றாண்டில் எழுதப்பட்ட, பெரிப்ளஸ் ஆஃப் தி எரித்ரியன் சீ (Periplus of the Erythrean Sea) என்ற ரோம வரைபடத்தில் இந்திய கடற்கரையோரம் கப்பல்களைத் தாக்கிய கொள்ளையர்களைப் பற்றிச் சொல்லப்பட்டிருக்கிறது. செங்கடல் வழியாக இந்தியாவுக்கு வர்த்தகம் செய்யப்போகும் வணிகர்களுக்காக எழுதப்பட்ட இந்த வழிகாட்டி வரைபடம்,

தற்கால குஜராத்துக்கும் கோவாவுக்கும் இடைப்பட்ட கடற்கரை பகுதியில் கொள்ளையர்கள் தொந்தரவு இருப்பதாக வணிகர் களை எச்சரிக்கிறது.

இதன் மூலம் இரண்டாயிரம் ஆண்டுகளுக்கு முன்பே அரபிக் கடலில் கொள்ளையர்கள் தங்கள் கைவரிசையைக் காட்டி வந்தனர் என்பதைத் தெரிந்துகொள்ளலாம். மேலும், இந்தியா வின் கிழக்கு கடற்கரையிலும் பல கொள்ளையர் தளங்கள் இருந்ததாக பெரிப்ளசில் குறிப்பிடப்பட்டிருக்கிறது.

இந்தக் காலத்தில் எழுதப்பட்ட மற்ற இலக்கியங்களிலும் கொள்ளையர்களைப் பற்றிய குறிப்புகள் உள்ளன. புத்தமத இலக்கியப் படைப்பான 'நித்தேசம்' மதுரையிலிருந்து கிழக்காசிய நாடுகளுக்கு பயணம் செய்யும் வணிகர்கள் சந்திக்கக் கூடிய அபாயங்களில் ஒன்றாக, கொள்ளையர்களைப் பற்றிச் சொல்கிறது.

ரோம வரலாற்றாளர் மூத்த பிளினி (Pliny the elder), 'இந்திய கடற்கரையோரம் செல்லும் கப்பல்கள், கொள்ளையர்களின் தாக்குதலைச் சமாளிக்க விற்களை ஏந்திய வீரர்களை வேலைக்கு அமர்த்தியிருந்தன' என்று கூறுகிறார். மற்றொரு ரோம வரலாற் றாளரான டாலமி, கேரள, கர்நாடகக் கடற்கரைப் பகுதிகளில் பல கொள்ளையர் தளங்கள் இருந்ததாகக் குறிப்பிடுகிறார்.

ரோம வர்த்தகர்கள் தங்கள் சரக்குகளை முசிறித் துறைமுகத்தைக் குறிவைக்கும் கொள்ளையர்களிடமிருந்து பாதுகாக்க இரு படைபிரிவுகளை (Cohorts) பயன்படுத்தியாக டேபுளா ப்யூர்டிங் கெரியனா (Tabula Peutingeriana) என்ற ரோம வரைபடம் கூறுகிறது.

ரோம படைப்புகள் போலவே, இந்திய இலக்கியங்களிலும் கொள்ளையர்கள் பற்றிய குறிப்புகள் இடம்பெற்றுள்ளன. கி.பி. ஏழாம் நூற்றாண்டில் எழுதப்பட்ட சமஸ்கிருத நாடகமான 'தாசகுமாரசரித'த்தில், கதையின் நாயகன் மித்திரகுப்தன் வங்காளக் கடலில் கொள்ளையர்களைச் சந்திக்கும் காட்சிகளை நாடகத்தின் ஆசிரியர் தண்டின் குறிப்பிட்டுள்ளார்.

ஏழாம் நூற்றாண்டில், அரேபியாவில் தோன்றிய இஸ்லாம் மதம் வேகமாக ஆசியாவில் பரவியதால், அரபிக்கடலில் கப்பல் போக்குவரத்து அதிகரித்தது. கூடவே கடல் கொள்ளையும்.

முஸ்லிம்களின் புனிதநகரான மெக்காவுக்கு ஹஜ் பயணம் மேற்கொள்ளும் பயணி கப்பல்களும், அரபு வணிகர்களின் கப்பல்களும் கொள்ளையர்களுக்கு எளிதான இலக்காயின.

பாக்தாத் காலிப் (பேரரசர்) இந்தியாவுக்கு அனுப்பிய தூதுக்குழுக்கள் பயணித்த கப்பல்களைக்கூட கொள்ளையர்கள் விட்டுவைக்கவில்லை. இந்தத் தாக்குதல்களைச் சாக்காகப் பயன்படுத்திக்கொண்டு சிந்துதேசத்தின் மீது படையெடுத்த அரபுப் படைகள் கொள்ளையர்களின் தளமான தெபால் துறைமுகத்தைத் தாக்கி அழித்தன.

ரோமப் பேரரசு வீழ்ந்து, ஆயிரம் ஆண்டுகளுக்கு பின்னால் இந்தியா வந்த வெளிநாட்டு பயணிகளும் இதை உறுதிப் படுத்துகிறார்கள். பதிமூன்றாம் நூற்றாண்டில் இந்தியாவுக்கு வந்த வெனிஸ் நாட்டு வணிகர் மார்கோ போலோ, கொள்ளையர்களுடைய தொழில்முறைகளைப் பற்றி விரிவாக எழுதியுள்ளார்.

குஜராத்துக்கும் மலபாருக்கும் இடைப்பட்ட கடற்பகுதியில், நூற்றுக்கணக்கான கொள்ளையர்கள் கப்பல்கள் இருந்தன என்றும், அவை கூட்டணி அமைத்து வணிகக் கப்பல்களைக் கொள்ளையடித்ததாகவும் அவரது குறிப்புகள் சொல்கின்றன.

'இருபது முப்பது கொள்ளையர் கப்பல்கள் ஒன்றிணைந்து வியூகம் அமைத்துக்கொள்வது அவர்களது வழக்கம். ஐந்தாறு மைல்களுக்கு ஒரு கப்பல் வீதம் கொள்ளையர்கள் ஒரு வலை போன்ற வியூகத்தைப் பின்னுகின்றனர். நீளமான இந்தப் படையமைப்பு இரைக்காகக் கடலில் காத்திருக்கும். ஏதாவது ஒரு கப்பலுடைய கண்ணில் வணிகக்கப்பல் பட்டாலும், உடனே புகை மூலம் மற்ற கப்பல்களுக்கு தகவல் சொல்லப்படுகிறது.

அவர்கள் விரைந்து வந்து வணிகக் கப்பலைப் பிடித்துக் கொள்கிறார்கள். கப்பலில் உள்ள எல்லா சரக்குகளையும், மாலுமிகளின் உடைமைகள் உள்பட அனைத்தையும் பிடுங்கிக் கொண்டு விட்டுவிடுகிறார்கள். வணிகக்கப்பல்களை அவர்கள் சேதப்படுத்துவதில்லை. ஒன்றும் செய்யாமல் விட்டுவிடு கிறார்கள். ஏனென்றால், அவற்றைத் தப்பிக்கவிட்டால்தான் வருங்காலத்தில் மீண்டும் அவற்றைக் கொள்ளையடிக்க வாய்ப்பு கிடைக்கும் என்று கொள்ளையர்கள் கணக்குப்போடுகிறார்கள்.'

மார்கோ போலோவின் இந்த வரிகள் மூலம், கொள்ளையர்களின் தொழில்முறையை அறிந்துகொள்ளலாம். மேலும், கொள்ளை யர்களுக்கும் சிலஹரா அரசர் இரண்டாம் போஜருக்கும் ஒரு ஒப்பந்தம் இருந்ததாகவும், அதன்படி தாங்கள் கொள்ளையடித்த குதிரைகளை அரசரிடம் கொள்ளையர்கள் ஒப்படைத்து விடுவார்கள் என்றும் மார்கோபோலோ குறிப்பிட்டுள்ளார்.

மார்கோபோலோ மட்டுமல்ல, இதே காலகட்டத்தில் இந்தியா வுக்கு வந்த மொராக்கோ நாட்டு அறிஞர் இபுன் பதூதாவும் கொள்ளையர்களைப் பற்றி எழுதியுள்ளார்.

இந்தியாவிலிருந்து சீனாவுக்கு சென்று கொண்டிருந்த பதூதாவின் கப்பல் மலபார் கரையோரத்தில் கொள்ளையர்களிடம் சிக்கிக்கொண்டது. அவர்கள் கப்பலைக் கொள்ளையடித்ததுடன் பதூதாவின் உடைமைகளையும் பிடுங்கிக்கொண்டனர். தான் அணிந்திருந்த ஆடைகளுடன் மட்டும் அவர்கள் தன்னைத் தப்பிக்கவிட்டதாக பதூதா குறிப்பிட்டுள்ளார்.

இதே காலகட்டத்தில் இந்தியாவுக்கு வந்த பாரசீக வரலாற்றாளர் ஃபிரீஷ்டாவுக்கு இதே போன்ற அனுபவம் நிகழ்ந்தது. பதினெட்டாம் நூற்றாண்டு வரை இந்தியாவின் மேற்குக் கடற்கரை கொள்ளையர்களுடைய ஆதிக்கத்தில்தான் இருந்தது. இந்திய கண்டத்தின் தேசங்களிடம் வலுவான கடற்படை எதுவும் இல்லாததே இதற்குக் காரணம்.

வடஇந்தியாவை ஆண்ட டெல்லி சுல்தான்களும், தென் னிந்தியாவை ஆண்ட பாமினி சுல்தான்களும், விஜயநகரப் பேரரசும் கடலில் ஆதிக்கம் செலுத்த முனையவில்லை. நிலத்தை ஆள்வதில் மட்டுமே கவனம் செலுத்தினர்.

இதனால் கொள்ளையர்களின் கொட்டத்தை அடக்க யாரு மில்லை என்கிற நிலை ஏற்பட்டது. மாறாக, பாமினி சுல்தான்களுக்கும் விஜயநகருக்கும் இடையே இருந்த தீராப்பகை கடற் கொள்ளையர்களை மேலும் ஊக்குவித்தது. இரு பேரரசுகளும் சதா போரிட்டுக் கொண்டிருந்ததால், அவர்களது குதிரைப்படைகளுக்கு குதிரைகள் தேவை அதிகமாக இருந்தது.

இந்தக் குதிரைகளை அரேபியாவிலிருந்து கொண்டுவரும் சரக்குக் கப்பல்கள் கொள்ளையர்களுக்கு எளிதான இலக்காகின.

இந்தக் காலகட்டத்தில் இந்தியாவுக்கு வந்த ரஷ்யப் பயணி அஃபநாசி நிகிடின் இந்திய கடற்கரைப் பகுதிகளில் எங்கு பார்த்தாலும் கொள்ளையர்களின் ஆதிக்கம் இருந்ததாகக் குறிப்பிட்டுள்ளார்.

கொள்ளையர்களைப் பற்றிய வெளிநாட்டுப் பயணிகளின் குறிப்புகளையும், உள்நாட்டு அரசர்களின் ஆவணங்களையும் சற்று சந்தேகத்துடனேயே பார்க்க வேண்டியுள்ளது. ஏனென்றால், இவை நடுநிலையான வரலாற்று ஆதாரங்கள் அல்ல. ஆசிரியர்களின் மத, அரசியல் சார்பு நிலைகளே அவற்றில் மேலோங்கி நிற்கின்றன.

தங்களுடைய எதிரிகள் அனைவரையும் கடல் கொள்ளையர்கள் என்று குற்றஞ்சாட்டும் பழக்கம் அக்காலத்தில் பரவலாக இருந்தது. இப்படி சந்தேகக் கண் கொண்டு வரலாற்று ஆதாரங்களைப் பார்த்தாலும், ஒன்று மட்டும் உண்மை. இந்தியாவின் மேற்குக் கடற்கரைப் பகுதிகளில் கொள்ளையர்களுக்கு என்றுமே பஞ்சம் இருந்ததில்லை.

உள்ளூர் கொள்ளையர்கள் மட்டும் இருந்தபோதே இந்தநிலை. 1524-ல் வாஸ்கோடகாமா இந்தியாவுக்கான நேரடிக் கடல் வழிப்பாதையைக் கண்டுபிடித்த பின்னர் நிலைமை இன்னும் மோசமாகியது. ஐரோப்பியர் வந்து சேர்ந்தபின் கொள்ளையரின் எண்ணிக்கை அதிகரித்தது.

மலபார் கொள்ளையர்களுக்கும் சங்கமேஷ்வர் கொள்ளையர்களுக்கும் இந்தியாவுக்கு வரும் போர்த்துகீசிய வணிகக் கப்பல்கள் எளிதாக இரையாயின. இந்தக் காலத்தில் இந்தியாவுக்கு வருகைதந்த போர்த்துகீசியப் பயணிகள் அனைவரும் தவறாமல் கடல் கொள்ளையர்களைக் குறிப்பிட்டிருந்தார்கள். அதிலிருந்து நிலைமையின் தீவிரத்தை அறிந்துகொள்ள முடிகிறது.

வர்த்தகம் செய்ய வந்த கப்பல்களோடு, கொள்ளையடிக்க வந்த தனியார் போர்க்கப்பல்களும் (privateers) சேர்ந்துகொண்டன. இந்திய வணிகக் கப்பல்களோடு, இந்தியாவிலிருந்து மெக்காவுக்கு ஹஜ் பயணிகளை ஏற்றிச் செல்லும் பயணிகள் கப்பல்களையும் இந்த ஐரோப்பிய தனியார் கப்பல்கள் தாக்கத் தொடங்கின.

வியாபாரம் செய்ய வந்த சாதாரண போர்த்துகீசிய கப்பல் கேப்டன்கள் கூட தனியார் கொள்ளையர்கள் சம்பாதிக்கும் பணத்தைக் கண்டு சபலமடைந்து, கொள்ளையர்களாக மாறத் தொடங்கினர்.

மாலத் தீவுக்கூட்டம் போர்த்துகீசிய கொள்ளையர்களின் தலைமையிடமாக இருந்தது. போர்த்துகீசிய அதிகாரிகளால் இந்தக் கொள்ளையர்களை ஒன்றும் செய்ய முடியவில்லை. கொள்ளையர் களை அழிக்க அனுப்பப்பட்ட போர்க் கப்பல்களும் அவர்களுடன் சேர்ந்து கொள்ளைத் தொழிலில் ஈடுபட ஆரம்பித்தன.

ஒருபக்கம் வணிகக் கப்பல்களைக் குறிவைக்கும் உள்ளூர்க் கொள்ளையர்கள், இன்னொரு பக்கம் இஷ்டத்துக்குக் கொள்ளையடித்துக் கொண்டிருக்கும் தங்கள் சொந்தநாட்டு தனியார் போர்க் கப்பல்கள். போர்த்துகீசிய ஆட்சியாளர்கள் திணறிப் போனார்கள். போதாக்குறைக்கு துருக்கியின் ஒட்டோமான் பேரரசின் கடற்படையும் அவ்வப்போது அரபிக்கடலில் போர்த்துகீசியக் கப்பல்களைத் தாக்கி வந்தன.

இப்படி பதினாறாம், பதினேழாம் நூற்றாண்டுகளில் இந்தியாவின் மேற்குக் கடற்கரையில் கொள்ளையர்கள் நிலவரம் பெரும் குழப்பமானதாக இருந்தது. ஐரோப்பியர்களின் வரவு ஏற்கெனவே கலங்கிப்போய் இருந்த குட்டையை மேலும் குழப்பிவிட்டது.

யார், யாரைக் கொள்ளையடிக்கிறார்கள் என்று எளிதில் புரிந்துகொள்ள முடியாத அளவுக்குக் கொள்ளைச் சம்பவங்கள் அதிகரித்தன. மற்ற ஐரோப்பிய நாடுகளின் கப்பல்கள் இந்தியாவுக்கு வரும் வரை போர்த்துகீசிய அதிகாரிகளாலும், இந்திய அரசர்களாலும் கொள்ளையர்களைக் கட்டுப்படுத்த முடியவில்லை. முகலாயப் பேரரசர் அவுரங்கசீப்பின் சொந்த வர்த்தகக் கப்பலைக்கூட கொள்ளையர்கள் சூறையாடும் அளவுக்கு நிலைமை சீர்கெட்டு இருந்தது.

பிற ஐரோப்பிய நாடுகள், இந்தியாவில் காலனிகளை உருவாக்கத் தொடங்கியபின்னர் ஐரோப்பிய அரசியல் நிலவரப்படியே இங்கும் நடந்து கொண்டன. இந்திய நிலப்பரப்புகளைப் போலவே இந்திய கடல்களும் மெல்ல மெல்ல ஐரோப்பியரது ஆதிக்கத்தின் கீழ் வரத் தொடங்கின.

பதினெட்டாம் நூற்றாண்டில் முகலாய பேரரசு வீழ்ந்தபின் இந்தியாவின் பெரும்பகுதி மராட்டிய பேரரசின் கட்டுப்பாட்டுக் குள் வந்தது. வளர்ந்து வந்த ஐரோப்பியர்களுக்கும் மராட்டியர் களுக்கும் அரபிக் கடலில் பலப்பரீட்சைத் தொடங்கியது. அரபிக் கடலில் ஐரோப்பிய, குறிப்பாக, ஆங்கில கிழக்கிந்திய கம்பெனி யின் கடலாதிக்கத்தை எதிர்த்த மராட்டியர்களுள் கனோஜி ஆங்கரே குறிப்பிடத்தக்கவர்.

பல ஆண்டுகளாக ஆங்கில கப்பல் படையை எதிர்த்துப் போரிட்ட கனோஜி ஆங்கரேயை மேலை நாட்டு சமகால வரலாற்றாளர் கள், 'கடல் கொள்ளையன்' என்றே அழைத்தனர். அரசியல் எதிரிகளை கடல் கொள்ளையன் என்று குற்றம் சாட்டுவது அந்தக் காலத்தில் சர்வ சாதாரணம்.

மராட்டிய கடற்படையின் தலைசிறந்த தளபதி என்று கருதப் படும் ஆங்கரே பதினெட்டாம் நூற்றாண்டின் முற்பகுதியில் ஆங்கிலேயருக்கு சிம்ம சொப்பனமாக விளங்கினார். மஹா ராஷ்ட்ராவின் கரையோரத்தில் பலமான தீவுக் கோட்டை களிலிருந்து செயல்பட்ட ஆங்கரேயின் கடற்படை ஐரோப்பிய கப்பல்களைக் குறிவைத்துச் சூறையாடின.

ஆங்க்ரேயைத் தோற்கடிக்க ஆங்கிலேயர் செய்த முயற்சிகள் அனைத்தும் தோல்வியில் முடிந்தன. அவர் இறக்கும்வரை அரபிக்கடல் ஐரோப்பியர் வசமாவதற்குப் பெரும் முட்டுக் கட்டையாக இருந்தார். அவரது மறைவுக்குப் பின்னரும் அவரது மகன்கள் அவரது பணியைத் தொடர்ந்து செய்தனர். ஆனால், அவர்களுக்குள் ஒற்றுமையில்லாததால் காலப்போக்கில் கிழக்கிந்திய கம்பெனி அவர்களை வென்று அரபிக்கடல் பகுதியைத் தனது கட்டுப்பாட்டின் கீழ் கொண்டு வந்தது.

பத்தொன்பதாம் நூற்றாண்டு தொடங்கும் போது இந்திய கடற்பகுதிகள் அனைத்தும் முழுமையாக கம்பெனியின் கைவசம் இருந்தன. ஆங்கில கடற்படை பலத்துக்கு முன்னால் இந்திய கொள்ளையர்களால் தாக்குப்பிடிக்க முடியவில்லை. இரண்டா யிரம் ஆண்டுகளாகத் தொடர்ந்து நடந்து வந்த இந்திய கொள்ளையர்களின் அட்டகாசம் ஒரு வழியாக முடிவுக்கு வந்தது.

இந்திய துணைக்கண்டத்தைப் போலவே, ஆசியாவின் மற்ற பகுதிகளிலும் காலம்காலமாக கடல்கொள்ளையர்களின்

தொந்தரவு இருந்து வந்தது. பழம்பெரும் நாடான சீனாவில், நீண்ட நாள் நிலையான ஆட்சி புரிந்த ஹான் குலஅரசு கி.பி. மூன்றாம் நூற்றாண்டில் வீழ்ச்சியடைந்தபின் கொள்ளையர்களது கை ஓங்கியது.

கடற்பகுதிகளில் மட்டுமல்லாமல் யாங்சீ, மஞ்சள் ஆறு போன்ற ஆறுகளிலும் கொள்ளைச் சம்பவங்கள் அதிகரித்தன. அடுத்த ஆயிரம் ஆண்டுகளுக்கு சீனாவில் நிலையான அரசு அமையாத தால் கொள்ளையர்களைக் கட்டுப்படுத்த யாருமில்லை. ஆனால் இந்தக் காலகட்டத்தில் சீனக் கொள்ளையர்கள் பிரத்தியேகமாகக் கடற்கொள்ளையில் ஈடுபடவில்லை.

அவர்களுள் பெரும்பாலானோர் கூலிப்படையினராகத்தான் இருந்தார்கள். அடிக்கடி மூளும் உள்நாட்டுப் போர்களும், சிற்றரசர்களின் பலப்பரீட்சைகளும் அவர்களை பிசியாக வைத்திருந்தன. போர் ஓய்ந்திருந்த காலங்களில் மட்டும்தான் அவர்கள் கொள்ளைத் தொழிலில் ஈடுபட்டு வந்தனர்.

ஏதேனும் ஒரு கொள்ளைக் கூட்டம் பலமிகுந்ததாக வளர்ந்து விட்டால் ஆட்சியாளர்கள் அக்கூட்டத்தின் தலைவருக்கு 'ராணுவ தளபதி' பட்டத்தைத் தந்து, அவரையும் தங்களுள் ஒருவராக இழுத்துக் கொள்வார்கள். பதவி கிடைத்த கொள்ளையர், காலப்போக்கில் குறுநில மன்னராகிவிடுவார். சில சமயம், ஆட்சியாளர்கள் கொள்ளையர்களை கடற்படைகளாக அங்கீ கரித்து, பிற கொள்ளையர்களைப் பிடிக்க வேலைக்கு அமர்த்து வதும் நடந்தது.

திருடனால்தான் திருடனைப் பிடிக்க முடியும் என்பது இந்த விஷயத்தில் சரியாகவே அமைந்தது. இப்படி பலம் வாய்ந்த கொள்ளையர்களை அரவணைத்துப் போனதால் கடற்கொள்ளை கைமீறிப் போகாமல், ஓரளவுக்கு அதைக் கட்டுப்படுத்தி வைக்க முடிந்தது.

பதின்மூன்றாம் நூற்றாண்டில் சீனா முழுவதும் மிங் அரச குலத்தின் கட்டுப்பாட்டுக்குள் வந்து, நாட்டில் நிலையான ஆட்சி ஏற்பட்டது. அடுத்த முன்னூறு ஆண்டுகள் அந்நாடு பெரும் பாலும் அமைதியாக இருந்தது. மிங் பேரரசர்கள், பலம் வாய்ந்த கடற்படையொன்றை உருவாக்கிக் கொள்ளையர்கள் வளராமல் பார்த்துக்கொண்டனர்.

உள்நாட்டு கொள்ளையர்களை அடக்கிவிட்ட போதிலும், அருகிலிருந்த ஜப்பான் நாட்டுக் கொள்ளையர்களை இதுபோல எளிதில் அடக்க முடியவில்லை. வொகோவு (wokou) என்றழைக்கப்பட்ட இந்த ஜப்பானிய கொள்ளையர்கள் ஆரம்பத்தில் சின்னச் சின்னக் கொள்ளைகளைத்தான் செய்து வந்தனர். தங்கள் நாட்டில் கொள்ளைத் தொழில் செய்ததால் வந்த வருமானம் போதாமல், மிங் பேரரசில் தொழில் செய்யப் போனார்கள்.

எப்போதும் கொள்ளையர்களோடு நேரடியாக மோதிப் பழக்கமில்லாத சீன ஆட்சியாளர்கள், ஜப்பானியக் கொள்ளையர்களை ஒழிப்பதற்கு பதில் எக்குத்தப்பான ஒரு காரியம் செய்தனர். ஜப்பானுக்கும் தங்கள் நாட்டுக்கும் இடையேயான தனியார் வர்த்தகத்தைத் தடை செய்து விட்டனர். வர்த்தகம் இருந்தால் தானே கொள்ளை நடக்கும் என்பது அவர்களது கணக்கு.

துறைமுகங்களும், கரையோரம் அமைந்திருந்த வர்த்தக நகரங்களும் காலி செய்யப்பட்டு வணிக நிறுவனங்கள் இழுத்து மூடப்பட்டன. இந்த வினோத உத்தி கொள்ளையரை ஒழிப்பதற்கு பதிலாக, எதிர்மாறான பலனைத் தந்தது.

கடற்கரையோரத்தில் கொள்ளையடிப்பதற்கு ஒன்றும் அகப்படவில்லையென்பதால், கொள்ளையர்கள் ஆறுகள் வழியாக சீனாவுக்குள் நுழைந்து, தரையில் கொள்ளையடிக்கத் தொடங்கி விட்டனர். வெறும் கொள்ளைச் சம்பவங்களாகத் தொடங்கி, பின்னர் படையெடுக்கும் அளவுக்கு வொகோவு கொள்ளையர்கள் வளர்ந்து விட்டனர்.

மிங் அதிகாரிகளின் கோமாளித்தனமான இந்தச் செய்கை உள்நாட்டிலும் பெரும் கொந்தளிப்பை ஏற்படுத்தியது. அரசு தடை விதித்ததால் வர்த்தகம் ஒன்றும் நின்று போகவில்லை. மாறாக, கள்ளக் கடத்தல் பெருகி, அனுமதியில்லாத வர்த்தகம் செழித்தது. அரசுக்கு வரியிழப்பும், உள்நாட்டில் கொள்ளையர்கள் தொந்தரவு அதிகமானதும்தான் மிச்சம். வொகோவு கொள்ளையர்களை அழிக்க, சீனக் கடற்படைக்குப் பல ஆண்டுகளும் பெரும் பொருள்செலவும் ஆனது.

பதினாறாம் நூற்றாண்டில் மிங் அரசு தொய்வடைந்த பின்னர் கொள்ளையர்களை ஒழிக்கச் சக்தியில்லாமல் போனது. இதனால்

அவர்களை அரவணைத்துச் செல்லும் பழைய உத்தியை மீண்டும் கையிலெடுத்தது. மிங் ஆட்சியாளர்கள் கொள்ளையர்களுக்கு பதவியும் பணமும் கொடுத்து அவர்களை அரசாங்க அதிகாரி களாக மாற்றப் பார்த்தார்கள். ஆனால், முன்பு போல் இந்த உத்தி வேலை செய்யவில்லை.

மிங்அரசு, நாளுக்கு நாள் வலுவிழந்து வருவதைக் கண்டு தைரியமடைந்த கொள்ளையர்கள், உள்நாட்டு விவகாரங்களில் தலையிடத் தொடங்கினர். வேறு சிலரோ தங்களை சுதந்தர மன்னர்களாக அறிவித்துக் கொண்டனர். அப்படி ஒரு கடல் கொள்ளையர் அரசை நிறுவியவர் தான் செங் சி லங்.

ஆயிரம் கப்பல்களைக் கொண்ட பெரும் கடல் கொள்ளை யர்கள் படையை உருவாக்கிய இவர், மிங் அரசை அழிக்க, அதன் போட்டி அரசகுலமான க்விங் குலத்துக்கு உதவி செய்தார். செங்கின் பிடியில் தென்கிழக்கு சீன கடல் இருந்த போது, இவரது தொந்தரவு தாங்க முடியாமல் சீன வணிகமே ஸ்தம்பித்து விட்டதென ஐரோப்பிய வணிகர்களது குறிப்புகள் கூறுகின்றன.

செங்கின் உதவியுடன் ஆட்சியைப் பிடித்த க்விங் பேரரசர் அரியணை ஏறியவுடன் முதல் வேலையாக செங்கை ஒழிக்கத் திட்டமிட்டார். . திட்டமிட்டபடி செங்கைப் பிடித்து, மரண தண்டனை விதித்தார். ஆனால், அதோடு செங்கின் கொள்ளைக் கூட்டம் கலைந்து போகவில்லை. அவரது மகன் சிங் யே தன் தந்தை விட்ட இடத்திலிருந்து கொள்ளைத் தொழிலைத் தொடர்ந்தார்.

கொள்ளையரின் அனுமதியில்லாமல் வெளிநாட்டினர் யாரும் சீனாவுக்குள் நுழைய முடியாத அளவுக்கு அவர்களது பலம் அதிகரித்தது. சரியான கடற்படையில்லாத சீன அரசினால் அவர்களைச் சமாளிக்க முடியவில்லை.

கொள்ளையர்கள் சீனாவின் பல பகுதிகளில் நிழல் அரசாங்கம் போல் செயல்பட்டு வந்தார்கள். உள்நாட்டு அரசியல் விவகாரங் களிலும் அவர்களது தலையீடு இருந்தது.

அடுத்த நூறாண்டுகளில் செங்கினால் உருவாக்கப்பட்ட கொள்ளையர் அரசு, உலகின் மிகப்பெரிய கொள்ளையர் கூட்ட மாக உருவெடுத்தது. கொரியா முதல் இந்தோசீனா தீபகற்பம்

வரை சீனாவின் அனைத்துக் கடற்கரை பகுதிகளும் அதன் கட்டுப்பாட்டில் வந்தன. சுமார் ஒன்றரை லட்சம் கொள்ளையர்கள் இந்த கொள்ளையர் கூட்டத்தில் இருந்தனர் என்று வரலாற்றாளர்கள் கணித்துள்ளனர்.

இக்கூட்டத்தில் ஆறு பெரும் போர்ப் பிரிவுகள் இருந்தன. நிறங்களின் பெயர்களால் இவை அழைக்கப்பட்டன. எடுத்துக்காட்டாக, அறுநூறு கப்பல்களும் முப்பதாயிரம் கொள்ளையர்களும் கொண்ட முதன்மை படைப்பிரிவு 'செங் கப்பற்படை' என்றழைக்கப்பட்டது.

கடற்பகுதிகளில் ஆதிக்கம் செலுத்தியது மட்டுமல்லாமல், ஆறுகளின் வழியே சென்றடையக் கூடிய மாநிலங்களிலும் கொள்ளையர்கள் வரிவசூலித்து வந்தனர். சீனாவுடன் வணிகம் செய்யும் ஐரோப்பிய வணிகர்கள் கூட அவர்களுக்கு மாமூல் தர வேண்டியிருந்தது. ஆனால், இந்தியாவைப் போன்றே ஐரோப்பியரின் வரவு கொள்ளையர்களுக்கு எமனாக முடிந்தது.

சீன அரசர்களால் செய்ய முடியாததை ஐரோப்பியர்களது நவீன போர்க் கப்பல்களும் பீரங்கிகளும் செய்து முடித்தன. சீன மக்களுக்கு அபின் விற்று வந்த ஆங்கில கிழக்கிந்திய கம்பெனி, கொள்ளையர்களால் தங்களது லாபத்தில் பெரும்பங்கு குறைவதை உணர்ந்து அவர்களை ஒடுக்கியது. கொஞ்சம் கொஞ்சமாக கொள்ளையர் கப்பல்கள் அழிக்கப்பட்டு அவர்களது கடற்படை சிதறடிக்கப்பட்டது. பத்தொன்பதாம் நூற்றாண்டின் மையகாலத்தில் இங்கிலாந்துக்கும் சீனாவுக்கும் இடையே அபின் போர்கள் (opium wars) மூண்ட போது, இங்கிலாந்து கடற்படை சீன அரசின் படைகளோடு சேர்த்து கொள்ளையர் படைகளையும் அழித்துவிட்டது. தப்பிப் பிழைத்த சின்னச் சின்ன கொள்ளையர் கூட்டங்கள் மேலும் பல ஆண்டுகளுக்கு ஆங்காங்கே கப்பல்களைத் தாக்கித் தொல்லை கொடுத்து வந்தாலும், கொள்ளையர்களால் இழந்த தங்களது செல்வாக்கை மீண்டும் பெற இயலவில்லை.

நாம் இதுவரை பார்த்தது போல பத்தொன்பதாம் நூற்றாண்டு முடிவடைவதற்கு முன் உலகின் அனைத்துப் பகுதிகளிலும் கொள்ளையர்களின் கொட்டம் பெரும்பாலும் அடக்கப்பட்டு விட்டன. ஆசியா, ஐரோப்பா, அமெரிக்கா என அனைத்து

கண்டங்களிலும் கடல்பகுதிகள் கொள்ளையர்கள் தொந்தரவி லிருந்து விடுதலையடைந்தன.

நியாயப்படிப் பார்த்தால், இதோடு கடற்கொள்ளை, உலகி லிருந்து சுத்தமாக மறைந்து போயிருக்கவேண்டும். ஆனால், அப்படி நடக்கவில்லை. மாறாக, இருபதாம் நூற்றாண்டில் நடை பெற்ற இருபெரும் உலகப்போர்களில் ஈடுபட்ட நாடுகளால், அது யுத்த தந்திரமாக மாற்றப்பட்டுவிட்டது. நிறுவனப்படுத்தப் பட்ட கடற்கொள்ளையைப் பற்றி இனி பார்ப்போம்.

9

வயிற்றில் அடிக்கும் வர்த்தகச் சூறை

பெரும் கப்பல் படைகளும், எஃகு போர்க் கப்பல்களும், சர்வதேச உடன் பாடுகளும் உலகில் மிகுந்தபிறகு கடல் கொள்ளையர்கள் கிட்டத்தட்ட அழிந்தே போனார்கள். ஆனால், கடல் கொள்ளை குறைந்தாலும் அது இருந்த இடத்தில், அதைப் போன்ற பிற சம்பவங்கள் நிகழ்ந்துகொண்டுதான் இருந்தன.

கடல்கொள்ளையென்றால் ஒரு கப்பலைத் தாக்கி, அதிலுள்ள பொருள் களைத் திருடுவது மட்டுமல்ல. அந்தக் கப்பலும் அதிலுள்ள சரக்கும் போகு மிடத்துக்குப் போய்ச் சேரவிடாமல் மூழ்கடிப்பதும் ஒருவிதக் கொள்ளை தான்.

கடல் கொள்ளையர்களால் ஒரு நாட்டின் வர்த்தகத்துக்கும் பொருளா தாரத்துக்கும் ஏற்படும் பாதிப்பை போர் உத்தியாளர்கள் கூர்மையாக கவனித்து வந்தனர். எந்திர யுகப் போர்க்களத்தில், படைகளின் பலத்தைவிட, தளவாடங் களின் சப்ளை தான் அதிமுக்கியமானது. அதனால், போர்க்காலக் கொள்ளை போர் உத்தியாக மறுபிறவியெடுத்தது.

இருபதாம் நூற்றாண்டில் நடந்த இரு உலகப் போர்களிலும், போரிட்ட நாடுகள் மற்ற நாடுகளின் வணிகக் கப்பல்களைக் குறிவைத்துத் தாக்கின. கைப்பற்ற முடிந்தால் பிடித்துச் செல்வதும், இல்லையென்றால் மூழ்கடிப்பதும்தான் வர்த்தகச் சூறை (Commerce Raiding) யுத்த முறை. அது என்ன 'வர்த்தகச் சூறை?' கொஞ்சம் விரிவாகப் பார்ப்போம்.

சமமான பலம் கொண்ட இரு குத்துச்சண்டை வீரர்கள் மோதும் குத்துச் சண்டைப் போட்டியைக் கற்பனை செய்து பாருங்கள். இருவருக்கும் ஒத்த உயரம், ஒத்த பருமன், ஒரே மாதிரியான சண்டைத் திறன். எந்த வீரனாலும் அடுத்தவரை எளிதில் வீழ்த்த முடியாது.

நெடுநேரம் இருவரும் மோதிக்கொண்டே இருப்பார்கள். ஒவ்வொரு சுற்றின் இறுதியிலும் இரு வீரர்களுக்கும் சிறிது ஓய்வு அளிக்கப்படும் - தண்ணீர் குடித்து ஆசுவாசப் படுத்திக்கொள்ள. ஒரு வீரருக்கு திடீரென ஒரு யோசனை தோன்றுகிறது. எதிராளிக்குத் தரப்படும் தண்ணீரைத் தடுத்து விட்டால், சில சுற்றுகளுக்குப் பின் எதிராளி தாகத்தால் சோர்ந்து கீழே விழுந்து விடுவார். வெற்றி பெற எளிதான வழி இது.

சம பலமுள்ள இரு நாடுகளுக்கிடையே நடக்கும் போரும் இந்தக் குத்துச்சண்டையைப் போலத்தான். ஒரு நாடு வெற்றி பெறுவதற்கு, இன்னொரு நாட்டின் படையை போர்க்களத்தில் வெல்லவோ அல்லது அந்நாட்டின் மீது படையெடுத்து அதைக் கைப்பற்றவோ தேவையில்லை. அந்நாட்டின் வர்த்தகத்தைச் சிதைத்து அதைப் பட்டினி போட்டாலே போதும். அந்த நாடு தானே சரணடைந்துவிடும். இதுதான் 'வர்த்தகச் சூறை' எனப்படுகிறது.

நெப்போலியன் காலத்திலேயே இந்த முறையை இங்கிலாந்தும் பிரான்ஸும் பயன்படுத்த முயற்சித்தன. அப்போது இந்தப் போர்முறையால் பெரிய பலன் எதுவும் கிட்டவில்லை. ஆனால், 1860களில் நடைபெற்ற அமெரிக்க உள்நாட்டுப் போரின்போது, தெற்கு அமெரிக்க மாநிலங்களுக்கு எதிராக வடக்கு மாநிலங்களால் இம்முறை பயன்படுத்தப்பட்டபோது பெரும் பலன் கிடைத்தது.

எனவே, போர் யுக்தியாளர்களிடையே இம்முறை பெரும் வரவேற்பைப் பெற்றது. இருபதாம் நூற்றாண்டின் உலகப்

போர்கள் முன் எப்போதும் கண்டிராத அளவில் நடை பெற்றதால், சண்டையிட்ட இரு தரப்பினரும் வர்த்தகச் சூறை முறையை மீண்டும் கையிலெடுத்தனர்.

இயந்திரமயமாகி விட்ட நவீன போர்முறைக்குப் பெரும் தீனி தேவை. ஒரு இயந்திரப் படையை நிர்வகிப்பது என்பது, ஒரு பெரும் யானைப் படையையே கட்டி தீனி போடுவதற்குச் சமானம். இயந்திரங்களுக்கு எரிசக்திப் பொருள்கள் முதல், போர் வீரர்கள் தின்னத் தீனி வரை அனைத்தும் கடல் வழியே கொண்டு செல்லப் பட வேண்டிய நிலை இருபதாம் நூற்றாண்டில் உருவானது.

இவ்வாறு கொண்டு செல்லும் சரக்குக் கப்பல்களைக் குறி வைக்கப் புதிய படைப் பிரிவுகள் உண்டாக்கப்பட்டன. வர்த்தகச் சூறையாளர்கள் (commerce raiders) என்றழைக்கப்பட்ட இவற்றில் நீர்மூழ்கிகள், அழிக்கும் கப்பல்கள் (destroyers) போன்ற பல பிரிவுகள் இருந்தன.

முதலாம் உலகப் போர் நடைபெற்ற காலத்தில் தொழில்நுட்பம் அவ்வளவு முதிர்ச்சி அடைந்திருக்கவில்லை. எனவே, வர்த்தகச் சூறைப் படைப்பிரிவுகளால் பெரிய இழப்பு எதுவும் ஏற்பட வில்லை. வர்த்தகச் சூறைப் படைகள் தட்டுத் தடுமாறி யுத்தம் பயின்ற காலம் அது. சரக்குக் கப்பல்களைத் தாக்கி மூழ்கடிப்ப தற்கு பதில், தவறுதலாக பயணிகள் கப்பல்களை மூழ்கடிக்கும் சம்பவங்களே மிகுதியாக நடந்தன.

இதனால் போர்முயற்சிக்கு எந்தப் பலனும் இல்லையெனினும், எதிரிநாடுகளுக்கு பூச்சாண்டி காட்ட நன்றாகப் பயன்பட்டது. ஜெர்மனியின் யூ-போட் எனப்படும் நீர்மூழ்கிக் கப்பல்களுக்கு இப்படித்தான் கெட்ட பெயர் உண்டானது.

முதல் உலகப் போரில், ஏறக்குறைய டம்மி பீசுகளாக மட்டுமே இருந்த வர்த்தகச் சூறைப் படைகளுக்கு இருபது ஆண்டுகள் கழித்து இரண்டாம் உலகப் போர் மூண்ட போது, தொழில்நுட்ப முன்னேற்றத்தால் பலம் பன்மடங்காகப் பெருகியிருந்தது. இம்முறை உண்மையிலேயே நேச நாடுகளை கதிகலங்க வைக்கும் அளவுக்கு நாஜி ஜெர்மனியின் கடல்படை வளர்ந் திருந்தது.

1940 முதல் 1945 வரை ஐந்தாண்டுகள் நடைபெற்ற அட்லாண்டிக் யுத்தத்தில் (Battle of the Atlantic) ஜெர்மனியின் வர்த்தகச் சூறை

யுத்திகள் கிட்டத்தட்ட பிரிட்டனின் குரல்வளையை நெரித்தே விட்டன. மயிரிழையில்தான் பிரிட்டன் தப்பிப் பிழைத்து போரை வென்றது.

முன்பு எப்போதும் இல்லாத அளவுக்கு வர்த்தகச் சூறை முறை இப்போரில் முக்கியத்துவம் பெறக் காரணம் என்ன? இதற்கு இப்போர் நிகழ்ந்த சூழ்நிலையைக் கூர்ந்து பார்க்க வேண்டும். முன்னிருந்த போர்களைப் போல இது லோக்கல் போரல்ல. நிஜமான உலகப் போர்.

முதலாம் உலகப் போரை 'உலகப் போர்' என்றழைத்தாலும் அது பெரும்பாலும் ஐரோப்பாவிலும், ஆசியாவின் சில பகுதிகளிலும் மட்டும்தான் நிகழ்ந்தது. ஆனால், இரண்டாம் உலகப் போரோ உண்மையில் உலகளவில் நிகழ்ந்தது. ஆசியா, ஐரோப்பா, ஆப்பிரிக்கா, அமெரிக்கா என அனைத்து கண்டங்களிலுள்ள நாடுகளும் இப்போரில் ஈடுபட்டிருந்தன.

ஒரு புறம் ஹிட்லரின் ஜெர்மனி, இத்தாலி, ஜப்பான் ஆகிய அச்சு நாடுகள். மற்றொருபுறம், பிரிட்டன், பிரான்ஸ், அமெரிக்கா, சோவியத் யூனியன், சீனா போன்ற நேச நாடுகள். இவ்விரு குழுமங்களும் பசிபிக் பெருங்கடல் முதல் ஆர்டிக் வளையம் வரை பூமி உருண்டையின் எல்லாப் பகுதிகளிலும் மோதிக் கொண்டன.

முன்பு எப்போதும் பார்த்திராத அளவுக்கு போர்முறைகளும் படைகளும் இயந்திரமயமாகியிருந்தன. எனவே, சரக்குகளின் போக்குவரத்து அதிமுக்கியத்துவம் வாய்ந்ததாக இருந்தது. எதிரி படையை எதிர்த்து வீழ்த்துவதைக் காட்டிலும், அதன் தளவாடப் போக்குவரத்தைத் துண்டித்து அதன் வயிற்றிலடிப்பது எளிதாக இருந்தது.

பூமியின் முக்கால் பகுதி கடலாயிற்றே. அதனால், இந்தச் சரக்குப் போக்குவரத்தும் பெரும்பகுதி கடலில் தான் நிகழ்ந்தது. அதிலும் நாற்புறமும் முற்றுகையிடப் பட்டிருந்த பிரிட்டிஷ் தீவுகளுக்கு அமெரிக்காவிலிருந்துதான் தளவாடங்களும் உணவும் கப்பல் வழியே வந்து சேர்ந்தன.

ஜெர்மன் கடற்படையால் முற்றுகையிடப்பட்டிருந்த பிரிட்ட னுக்கு, வாரமொன்றுக்கு பத்து லட்சம் டன் சரக்குகள் தேவைப் பட்டன. அந்தச் சரக்குகளை ஏற்றி வரும் கப்பல்கள் இரு

நாடுகளுக்கு இடையே உள்ள நான்காயிரம் கி.மீ. அகலமுள்ள அட்லாண்டிக் பெருங்கடலைத் தாண்டிச் செல்லவேண்டும்.

இங்குதான் இக்கப்பல் போக்குவரத்தை வேரோடு நாசம் செய்து, பிரிட்டனின் குரல்வளையை நெரிக்க ஹிட்லரும் அவரது கடற்படைத்தளபதி டோனிட்சும் திட்டமிட்டனர். விளைவு - வரலாறு காணாத 'வர்த்தகச் சூறைப் போர்.'

1940 ஆம் ஆண்டு. அமெரிக்காவின் கிழக்குக் கடற்கரையிலிருந்து பிரிட்டனை நோக்கிக் கிளம்பும் ஒரு சரக்குக் கப்பலின் கேப்டனின் இடத்தில் உங்களைக் கற்பனை செய்து பாருங்கள். முப்பது நாற்பது கப்பல்கள் கொண்ட ஒரு கப்பல் கூட்டத்துடன் (Convoy) அட்லாண்டிக் கடலைக் கடக்கவேண்டும்.

கப்பலில் ராணுவத் தளவாடங்கள் முதல், இங்கிலாந்து குழந்தைகளுக்கான பால் பவுடர் டின்கள் வரை பலதரப்பட்ட சரக்குகள் ஏற்றப்பட்டிருக்கின்றன. சரக்குகள் நிரம்பிய கப்பலால் வேகமாகவும் செல்ல முடியாது. இதை விட முக்கியமானது கப்பல் கூட்டத்தின் உச்ச வேகம், அக்கூட்டத்தில் மிக மெதுவாகச் செல்லும் கப்பலின் உச்ச வேகத்தைத் தாண்ட முடியாது - எல்லாக் கப்பல்களும் ஒன்றாகச் செல்லவேண்டுமே!

இந்தக் கப்பல் கூட்டத்துக்குத் துணையாகச் சில போர்க் கப்பல் கள்வரும். அவ்வாறு வருபவை பெரும்பாலும் காயலான் கடைக்குப் போகவேண்டிய நிலையிலுள்ள பழைய கப்பல் களாக இருக்கும். அவையும் பாதி வழியிலேயே திரும்பிவிடும். இதற்கு முன்னால் கிளம்பிய கப்பல் கூட்டங்களில் பல கப்பல்கள் இங்கிலாந்துக்குப் போய்ச் சேரவில்லை என்ற தகவல்களும் அவற்றுக்கு என்ன நேர்ந்தது என்ற வதந்திகளும் கிலியூட்டும். இப்படி பல திகில்களுடன்தான் சரக்குக் கப்பலின் பயணம் தொடங்குகிறது.

அட்லாண்டிக் கடலின் சீற்றங்கள், புயல்கள், பனிப் பொழிவு போன்ற இயற்கை அபாயங்கள் ஒரு புறம் இருக்க, ஹிட்லரின் ஓநாய்க் கூட்டங்கள் இன்னொரு புறம் இக்கப்பல் கூட்டங்களை வட்டமிடும். ஜெர்மன் கடற்படையின் நீர்மூழ்கிக் குழுமங்களுக்கு ஓநாய் கூட்டங்கள் (wolf pack) என்றுதான் பெயரிட்டிருந்தனர்.

இருபது ஆண்டுகளில் நீர்மூழ்கித் தொழில் நுட்பம் பெருமளவில் முன்னேறியிருந்தது. தொடர்ச்சியாக பல மாதகாலம்

கடலுக்கடியில் செல்லும் வல்லமையை அவை பெற்றிருந்தன. இந்த யூ-போட்டுகளால் பல நூறடி ஆழத்தில் இருந்துகொண்டே கடலின் மேல்பரப்பில் செல்லும் கப்பல்களை டொர்பீடோக் களை வீசி அழிக்க முடியும்.

மூழ்கடிக்கப்படும் கப்பலால், யார் தன்னைத் தாக்குகிறார்கள் என்று தெரிந்துகொள்ளக் கூட முடியாது. ஒரு நிமிடம், அவர்கள் தங்கள் வேலையைப் பார்த்துக்கொண்டு பயணம் செய்து கொண்டிருப்பார்கள். மறு நிமிடம் டொர்பீடோ தாக்கி மேலே (அதாவது கடலுக்குக் கீழே) போயிருப்பார்கள்.

ஒரே ஒரு யூ-போட்டால் இப்படி பல கப்பல்களை மூழ்கடிக்க முடியும். ஒரு யூ-போட்டால் இவ்வளவு ஆபத்தென்றால் ஏழெட்டு யூ-போட்டுகள் கொண்ட ஒரு ஓநாய் கூட்டத்தின் அழிவுத் திறனைக் கற்பனை செய்து பாருங்கள்.

போர்க் கப்பலாக இருந்தால், ஓரளவுக்கு யூ-போட்டுகளை எதிர்க்க ஆழ்கடல் குண்டுகள் போன்ற ஆயுதங்களிருக்கும். நீர்மூழ்கி எதிர்ப்பு யுக்திகளில் பயிற்சி பெற்ற மாலுமிகளும் இருப்பார்கள். ஆனால், ஆயுதமில்லாத சரக்குக் கப்பல்களில் இப்படி எதுவும் கிடையாது. யூ-போட் கண்ணில் சிக்காமல் தப்பினால்தான் உண்டு. அப்படிச் சிக்கி விட்டால், கடவுளைப் பிரார்த்தித்துக்கொண்டு தலை தெறிக்க ஓடுவதைத் தவிர வேறு வழியில்லை.

1940 -ல்தான் முதல் ஓநாய்க் குழுமத் தாக்குதல் நிகழ்ந்தது. 35 வர்த்தகக் கப்பல்களைக் கொண்ட SC-7 என்ற இலக்கமுடைய ஒரு சரக்குக் கப்பல் கூட்டத்தை ஒரு யூ-போட் ஓநாய்க் குழுமம் தாக்கியது. ஒரே இரவில், இருபது கப்பல்கள் மூழ்கடிக்கப் பட்டன. முதலில் மூழ்கிய கப்பல்களிருந்தவர்களை, கடலிருந்து காப்பாற்ற முயன்ற கப்பல்களையும் ஓநாய்கள் விட்டு வைக்க வில்லை.

இதுதான் அட்லாண்டிக் போரின் முதல் மோதல். இதற்குப்பின் இவ்வாறு பல சரக்குக் கப்பல் குழுமங்கள் மூழ்கடிக்கப்பட்டன. ஓநாய்க் குழுமங்களை எதிர் கொள்ள நேச நாடுகள் பல புதிய யுத்திகளையும், ஆயுதங்களையும் உருவாக்கின. கடலுக்கடியில் செல்லும் நீர்மூழ்கிக் கப்பல்களை அடையாளம் காண, சோனார் கண்டுபிடிக்கப் பட்டது.

சரக்குக் கப்பல் கூட்டங்களின் பாதுகாப்பு பலப்படுத்தப் பட்டது. பல சரக்குக் கப்பல்களில் ஆழ்கடல் குண்டு வீசும் எந்திரங்கள் பொருத்தப்பட்டன. ஓநாய்க் கூட்டங்களைக் குறிவைத்து வேட்டையாட போர்க் கப்பல்கள் நியமிக்கப்பட்டன.

ஆனாலும், ஓநாய்க் கூட்டங்களின் வர்த்தகச் சூறை ஒவ்வொரு ஆண்டும் அதிகரித்துக் கொண்டே போனது. யூ-போட்டுகளால் மூழ்கடிக்கப்படும் சரக்குக் கப்பல்களின் எண்ணிக்கை 1942-43-ல் உச்சத்தை எட்டியது. ஒரு சமயத்தில் பிரிட்டன் உயிர்பிழைப்பது அரிது என்று அஞ்சும் அளவுக்கு யூ-போட்டுகளின் அட்டகாசம் அதிகரித்தது.

அடிப்படையில் இது ஒரு எடைப் போர் (Tonnage War) - அதாவது ஜெர்மனியின் இலக்கு, பிரிட்டனுக்குப் போய்ச் சேரும் சரக்கு களின் எடையை (அளவை) எப்படியாவது குறைக்கவேண்டும். ஆனால், பிரிட்டனின் சரக்குத் தேவையை எப்பாடுபட்டாவது பூர்த்தி செய்வது நேச நாட்டு கப்பல் படைகளின் வேலை. ஒரு மாதத்தில் இவ்வாறு வந்து சேர்ந்த / மூழ்கடிக்கப்பட்ட சரக்கு களின் எடையைக்கொண்டே வெற்றி யாருக்கு என்று நிர்ண யிக்கப்பட்டது.

நேச நாடுகளின் சரக்குக் கப்பல்களுக்கு நீர்மூழ்கிகளால் மட்டும் ஆபத்து வரவில்லை. ஜெர்மனியின் மற்ற போர்க் கப்பல்களும் சரக்குக் கப்பல்களை வேட்டையாடிக் கொண்டிருந்தன. சரக்குக் கப்பல்களை வேட்டையாடவே பல புதிய கப்பல்களை ஜெர்மனி வடிவமைத்து உருவாக்கியது. ‘பாக்கெட் பாட்டில்ஷிப்’ என்றழைக்கப்பட்ட இப்புதிய வகைக் கப்பல்கள், சாதாரண போர்க் கப்பல்களுக்கு சமமான பீரங்கிகளையும் அவற்றைவிட வேகமாகச் செல்லும் எஞ்சின்களையும் வைத்திருந்தன.

எனவே, அவற்றால் சரக்குக் கப்பல்களை ஒரே குண்டில் மூழ்கடிக்கும் வலிமையும், நேசநாடுகளின் போர்க் கப்பல்கள் துரத்தினால் வேகமாக ஓடித் தப்பிக்கும் திறமையும் பெற்றிருந்தன. இவ்வகைக் கப்பல்கள் தவிர வேறுபல அதிவேக ஜெர்மன் போர்க் கப்பல்களும் சரக்குக் கப்பல் வேட்டையில் ஈடுபட்டன. அட்மைரல் ஷியர், ஷார்ன்ஹோஸ்ட், நேஷனாவு, பிஸ்மார்க், அட்மைரல் ஹிப்பர் போன்ற ஜெர்மன் போர்க் கப்பல்களின் பெயர்கள், நேசநாட்டு சரக்குக்கப்பல் கேப்டன் களுக்கு கொடுங்கனவுகளாக விளங்கின.

அட்லாண்டிக் போரின் ஆரம்பத்தில், ஜெர்மன் கடற்படையின் கை ஓங்கியிருந்தது. 1940-ல் பிரான்ஸ், ஜெர்மன் படைகளால் கைப்பற்றப்பட்டது. ஆக்கிரமிக்கப்பட்ட பிரெஞ்சு துறைமுகங் கள், ஜெர்மன் யூ-போட்டுகள் அட்லாண்டிக் கடலில் நேரடி யாகச் செயல்படும் தளங்களாக மாறின.

அடுத்த ஒரு வருட காலம், அட்லாண்டிக் போர் யூ-போட்டுகளின் 'மகிழ்ச்சி நேரம்' (Happy Time) என்றழைக்கப்படுகின்றது. இந்த ஒரு வருட காலத்தில் யூ-போட்டுகள் நேசநாட்டு கப்பல் கூட்டங்களை வேட்டையாடுவதில் பெரு வெற்றி கண்டன. போரின் தொடக்கத்தில் யூ-போட்டுகளை எதிர்கொள்ளை நேசநாட்டு கடற்படைகளிடம் உத்திகளோ தொழில்நுட்பமோ இல்லையென்பதால், யூ-போட்டுகளால் எளிதாக சரக்குக் கப்பல்களை மூழ்கடிக்க முடிந்தது.

1941 வரை நீடித்த இந்த நிலை மெல்ல மெல்ல மாறியது. அதுவரை நூலிழையில் அழிவிலிருந்து தப்பித்துக் கொண்டிருந்த பிரிட்டன், அமெரிக்காவின் துணையுடன் மீண்டு எழுந்தது. புதிய ஆயுதங்களும், போர்முறைகளும் யூ-போட்டுகளின் வலிமையை முறியடித்தன. சரக்குக் கப்பல்களைப் பாதுகாக்கும் போர்க் கப்பல்களின் எண்ணிக்கை அதிகமானது.

யூ-போட் ஓநாய்க் கூட்டங்களை வேட்டையாடுவதற்காகவே, புதுவகைப் போர்க் கப்பல்களும் தொழில் நுட்ப முறைகளும் உருவாக்கப்பட்டன. நீர்மூழ்கி எதிர்ப்பு விமானப்படையும் உருவாக்கப்பட்டது. ஜெர்மனியின் மற்ற போர்க் கப்பல்கள் ஒன்றன் பின் ஒன்றாக வேட்டையாடப்பட்டு மூழ்கடிக்கப் பட்டன.

இவற்றையெல்லாம் விட முக்கியமாக ஜெர்மனியின் எனிக்மா (enigma) என்னும் ராணுவ ரகசியக் குறியீட்டு முறையை பிரிட்டிஷ் விஞ்ஞானிகள் முறியடித்தனர். அதனால், ஜெர்மன் கடற்படைத் தலைமைச்செயலகத்திலிருந்து யூ-போட்டுகளுக்கு அனுப்பப்படும் உத்தரவுகளை எளிதில் வழிமறித்துப் படிக்க முடிந்தது. எதிரி எங்கு இருப்பான், என்ன செய்யக் காத்திருக் கிறான் என்பதை அறிந்தாலே போரில் பாதி வெற்றி கிட்டியது போலத்தான். அதுதான் அட்லாண்டிக் போரிலும் நடந்தது.

1942-ல் போரின் போக்கு, நேச நாடுகளுக்கு ஆதரவாகத் திரும்பியது. அடுத்த மூன்றாண்டுகளில் ஜெர்மனியின் கடற்படை

கொஞ்சம் கொஞ்சமாக அழிக்கப்பட்டுவிட்டது. 1945-ல் ஜெர்மனியர் பல புதிய வகை யூ-போட்டுகளை அறிமுகப்படுத்தி னாலும், கடற்படைத் தளங்கள் நேசநாட்டுப் படைகளால் கைப்பற்றப்பட்டதால் அவற்றைப் பயன்படுத்த முடியவில்லை. 1945-ல் ஜெர்மனி சரணடைந்தவுடன், அட்லாண்டிக் போரும் முடிவடைந்தது. வர்த்தகச் சூறை போர்முறை தோல்வியில் முடிந்தது,

கிட்டத்தட்ட ஆறாண்டுகள் நடைபெற்ற இந்த வர்த்தகச் சூறைப் போரில் 3,500க்கும் மேற்பட்ட சரக்குக் கப்பல்கள் மூழ்கடிக்கப் பட்டன. அதே சமயம் ஜெர்மன் கடற்படை, 780 யூ-போட்டுகளை இழந்தது. அட்லாண்டிக் கடலில் மட்டும் இந்த வகைப் போர் நடக்கவில்லை, ஆர்டிக் கடலில் சோவியத் யூனியனுக்கு தள வாடங்களை ஏற்றிச் சென்ற நேசநாட்டு சரக்குக் கப்பல் கூட்டங்களைத் தாக்கவும் ஜெர்மனி முயன்றது.

அட்லாண்டிக் கடற்போரைப் போலவே அங்கும் தோல்வி கண்டது. ஆனால், இதே வர்த்தகச் சூறை முறை அமெரிக்காவால் பசிபிக் கடலில் ஜப்பானுக்கு எதிராக வெற்றிகரமாகப் பயன் படுத்தப்பட்டது. இரண்டாம் உலகப் போருக்குப் பின் நடை பெற்றுள்ள அனைத்துப் போர்களிலும் வர்த்தகச் சூறை பங்கு வகித்துள்ளது. வர்த்தகச் சூறையும், கடல்வழி அடைப்பும் (Naval Blockade) நவீனப் போர்முறையின் இன்றியமையாத அங்கங்களாக மாறிவிட்டன.

1971-ல் நடைபெற்ற இந்திய - பாகிஸ்தான் போரில் (பங்களாதேஷ் விடுதலைப் போர்) இந்திய கடற்படையும் இந்தப் போர் உத்திகளைப் பயன்படுத்தின. இந்திய போர்க்கப்பல்கள் கராச்சி துறைமுகத்தைத் தாக்கி, அங்கிருந்த சரக்குக் கப்பல்களை மூழ்கடித்தன. மேற்கு பாகிஸ்தானிலிருந்து பங்களாதேஷுக்கு கடல் வழியாகப் படைகளும் தளவாடங்களும் போகாத வண்ணம் இரு தேச கடற்கரைப் பகுதிகளையும் முற்றுகையிட்டன.

இதனால் பங்களாதேஷிலிருந்த பாகிஸ்தான் படைகள், இந்திய தரைப்படையின் தாக்குதலைச் சமாளிக்க முடியாமல் விரைவில் சரணடைந்தது. இதே போல 1967 இஸ்ரேல் - அரபு நாடுகள் போர், 1984 ஃபாக்லான்ட் தீவுகள் போர் எனப் பல 20ஆம் நூற்றாண்டு போர்களிலும் வர்த்தகச் சூறை/கடல் வழி அடைப்புப் போர் உத்திகள் கையாளப்பட்டுள்ளன.

இந்தப் போர் உத்தி அங்கீகரிக்கப்பட்ட போர்முறையாக மாறியதால், இதை முறைமைப்படுத்த சர்வதேசச் சட்டங்கள் தேவைப்பட்டன. 1945-ல் ஐக்கிய நாடுகள் சபை தோற்றுவிக்கப் பட்டபின் வர்த்தகச் சூறை மற்றும் கடல்வழி அடைப்புப் போர் உத்திகளை முறைமைப்படுத்துவதற்கு விதிகள் வகுக்கப்பட்டன. 1994-ல் வெளியிடப்பட்ட கடற்போர்களுக்கான சர்வதேசச் சட்டத்தின் மீதான சான் ரீமோ கையேடு (San Remo Manual on International Law Applicable to Armed Conflicts at Sea) என்ற ஆவணமே தற்காலத்தில் இந்தப் போர் உத்திகளுக்கான சட்ட ஆவணமாக உள்ளது.

வர்த்தகச் சூறை முறையை எங்கு, எப்படி கையாளலாம் என்று இந்த ஆவணத்தில் வரையறுக்கப்பட்டுள்ளது. ஆனால், இந்த விதிகளை மீறும் நாடுகள் சர்வதேச சட்டத்தின் கீழ் குற்றவாளி களாகக் கருதப்படுகின்றன.

10
சோமாலியா சொர்க்கபுரியா?

இருபதாம் நூற்றாண்டில் தனிமனிதக் கொள்ளைச் சம்பவங்கள் பெரும்பாலும் குறைந்தது உண்மையென்றாலும் உலகின் சில பகுதிகளில் பழைய காலத்தில் நிகழ்ந்தது போலவே இன்னும் கடல் கொள்ளையர்கள் தொல்லை இருக்கத்தான் செய்கிறது.

அண்மைக் காலங்களில் செய்தித்தாள்களிலும், தொலைக்காட்சிகளிலும் அடிக்கடி வந்து கொண்டிருக்கும் சோமாலியக் கொள்ளையர்களைப் பற்றிய செய்திகளே இதற்குச் சான்று. எப்படி இந்த நவீன யுகத்திலும் கொள்ளையர்கள் வளர்கிறார்கள் என்று வியப்பாக இருக்கிறதா? அது தான் சோமாலியாவின் சோகக்கதை.

சோமாலியா ஒரு பழம்பெரும் நாடு. ஏசு பிறப்பதற்கு பல நூறு ஆண்டுகள் முன்னரே சோமாலியாவில் நாகரிகம் தோன்றி செழித்தது. மத்திய தரைக் கடல் பகுதியில் வியாபாரம் செய்யும் ஐரோப்பிய வணிகர்களையும், அரபிக் கடல், இந்தியப் பெருங்கடல் பகுதிகளில் பரவலாக இருக்கும் ஆசிய

வர்த்தகர்களையும் இணைப்பது செங்கடல். பல்லாயிரம் ஆண்டு களாக செங்கடல் பகுதி பல தேசத்து வர்த்தகர்கள் சந்தித்து ஒப்பந்தம் செய்து சரக்குகளை மாற்றிக் கொள்ளும் வர்த்தக மையமாக இருந்து வருகிறது. உலகின் பல முக்கிய கடல் வழி வணிகப் பாதைகள் செங்கடல் வழியேதான் செல்கின்றன. சோமாலியா தேசம், செங்கடல் பகுதியில் இருப்பதால், ஆதிகாலம் முதலே அது ஒரு முக்கிய கடல் வணிக மையமாக உருவானது.

சோமாலியா எங்கே செங்கடலுக்கு அருகில் இருக்கிறது? கொஞ்சம் தள்ளித்தானே இருக்கிறது. பின் எப்படி செங்கடல் வர்த்தக மையமாக முடியும்? என்று நீங்கள் கேட்பது புரிகிறது. உலக வரைபடத்தைச் சற்று கற்பனை செய்து பாருங்கள்.

ஆப்பிரிக்க ஆசிய கண்டங்கள் இணையும் சூயஸ் ஜல சந்திதான் ஆசியா, ஐரோப்பா, ஆப்பிரிக்கா என மூன்று பெரும் கண்டங ்களின் வணிகத்துக்கு மிகமுக்கியமான பகுதி. மத்திய தரைக் கடலையும், செங்கடலையும் இந்தச் சிறு நிலப்பகுதிதான் பிரிக்கிறது.

இப்போது அங்கே ஒரு கால்வாயைத் தோண்டி இரு கடல்களை யும் இணைத்துவிட்டார்கள். இதனால் எல்லாக் காலங்களிலும், இப்பகுதியில் உள்ள எல்லா தேசங்களும் அப்பகுதியைத் தங்கள் கட்டுப்பாட்டில் கொண்டுவரப் போட்டி போட்டுள்ளன.

இந்த ஜல சந்திக்கு அருகில் உள்ள துறைமுகங்கள் யார் கட்டுப் பாட்டில் உள்ளனவோ அவர்கள்தான் செங்கடல் வணிகத்தைக் கட்டுப்படுத்துவார்கள். அவர்கள் நினைத்தால் தனக்கு வேண்டாத வணிகர்களின் வர்த்தகத்தை முழுதும் முடக்கிவிட முடியும். காலங்காலமாக பல அரபுதேசங்களும், ஐரோப்பிய பேரரசுகளும் இதைத்தான் செய்து வருகின்றன.

இந்த ஏகபோகத்தை முறியடிக்க, பாதிக்கப்பட்ட வணிகர்கள் சற்றே தள்ளியிருக்கும் சோமாலியாவில் துறைமுகங்களை உருவாக்கத் தொடங்கினார்கள். இதனால் சோமாலியாவில் ஒரு வளமான வர்த்தகப் பாரம்பரியம் உருவானது. சோமாலிய வணிகர்கள் மலாயா, சீனா, இந்தியா போன்ற நாடுகளுடன் வணிகத் தொடர்பு கொண்டு வர்த்தகம் செய்து வந்தனர். நாளடைவில் சோமாலிய தேசம் செங்கடலின் முகத்துவாரம்

வரை விரிவடைந்தது. ஆப்பிரிக்காவின் கொம்பு (Horn of Africa) எனப்படும் முக்கிய நிலப்பகுதியும் சோமாலியர்களின் கட்டுப் பாட்டுக்குள் வந்தது.

எட்டாம் நூற்றாண்டில் சோமாலியாவில் இஸ்லாம் அறிமுகமாகி வேகமாகப் பரவியது. குறுகிய காலத்தில் பெரும்பாலான சோமாலியர்கள் இஸ்லாத்தைத் தழுவினார்கள். பொதுவான மதமிருந்ததால், அரபு வணிகர்களுடன் அவர்களுடைய உறவு வலுப்பட்டது.

சோமாலியாவின் தலைநகர் மொகதிஷு, ஆப்பிரிக்காவின் சிறந்த இஸ்லாமிய மையமாக உருவானது. அடால் சுல்தான் களின் ஆட்சியில் சோமாலியாவின் வளமும், பரப்பளவும் பெருகி, இஸ்லாமிய நாடுகளின் வரிசையில் ஒரு முக்கியமான இடத்தைப் பிடித்தது.

இந்தியாவிலிருந்து லவங்கப்பட்டையை வாங்கி அதிக விலைக்கு ஐரோப்பியர்களுக்கு விற்று சோமாலிய வர்த்தகர்கள் பெரும் பொருள் ஈட்டி வந்தனர். இப்படி பல நூற்றாண்டுகளாக சோமாலியா, ஒரு பெரிய வர்த்தகமையமாக இருந்து வந்தது.

ஆனால் பதினாறாம் நூற்றாண்டில் வாஸ்கோடகாமா இந்தியா வுக்குப் புதிய கடல்வழியைக் கண்டுபிடித்த பின், செங்கடல் கடல்வழிகளின் முக்கியத்துவம் குறைந்து போனது. இதனால், செங்கடல் - மத்திய தரைக்கடல் வணிகத்தின் அளவு நாளுக்கு நாள் குறைந்து சோமாலியாவின் வணிகச் செல்வாக்கும் அழிந்து போனது.

இருபதாம் நூற்றாண்டில் சோமாலிய பிரதேசத்தின் பெரும் பான்மையான பகுதிகள், ஐரோப்பிய காலனிகளாயின. சோமாலியாவில் இத்தாலியும் பிரிட்டனும் போட்டி போட்டுக் கொண்டு காலனிகளை அமைத்தன. இரண்டாம் உலகப் போர் முடிவடைந்த பின் சோமாலியப் பிரதேசங்கள் பிரிக்கப்பட்டு, எத்தியோப்பியா, பிரிட்டன் எனப் பல நாடுகளின் கட்டுப் பாட்டுக்குள் வந்தன. 1960 வரை தற்கால சோமாலியாவின் வடக்குப் பகுதி பிரிட்டனின் கட்டுப்பாட்டிலும், தெற்குப் பகுதி இத்தாலியின் காலனியாகவும் இருந்தன. 1960-ல் சோமாலியா ஒன்றிணைக்கப்பட்டு சுதந்தர நாடாகியது.

முன்னாள் ஆப்பிரிக்க காலனிகளைப் பாதித்திருந்த அனைத்து பாதகக் கூறுகளும் புதிய சோமாலிய குடியரசையும் பாதித்தன.

வடக்கு, தெற்குப் பகுதிகளிடையே நிலவிய ஒற்றுமையின்மை, கலாச்சார வித்தியாசங்கள், பரஸ்பர நம்பிக்கையின்மை, ஊழல் மலிந்த நிர்வாகம், ஏழ்மை... போன்றவற்றால் பாதிக்கப்பட்ட சோமாலியாவுக்குப் பெரும்பான்மையான ஆப்பிரிக்க காலனி களுக்கு நிகழும் கதியே நிகழ்ந்தது. அதுதான் ராணுவப் புரட்சி.

ராணுவப் புரட்சிகளும், உள்நாட்டுப் போர்களும் கடந்த அரை நூற்றாண்டாக ஆப்பிரிக்க நாடுகளை பீடித்துள்ள நோய்களாகும். ஆப்பிரிக்காவின் இந்த அவலநிலைக்கு முன்னாள் காலனிய ஆட்சியாளர்களின் மெத்தனமும் இன்னாள் குடிமக்களின் சகிப்புத்தன்மையில்லாமையுமே காரணம்.

ஆப்பிரிக்காவைக் கைப்பற்றி காலனிகளை அமைத்தபோது ஐரோப்பிய நாடுகள் இதற்கு முன்னர் ஆப்பிரிக்காவில் இருந்த தேசங்களையோ இனவாதத்தையோ கருத்தில் கொள்ளவில்லை. காலனிய நிர்வாகிகள், வெற்று வரைபடத்தில் இஷ்டப்பட்டது போலக் கோடுகளை வரைந்து, புதிய காலனிகளை உருவாக்கிக் கொண்டனர்.

அப்பகுதியின் வரலாற்றையும் காலனிய குடிகளின் பரம்பரைப் பகைமைகளையும் கண்டு கொள்ளாமல் விட்டனர். இதனால் காலம் காலமாகப் பகைமை பாராட்டி வந்த குழுக்கள் ஒரே நாட்டில் அருகருகே வாழும் நிலை ஏற்பட்டது. இதே போல வரைபடத்தில் கண்டபடி கோடுகிழித்ததில் ஒரே இனத்தைச் சேர்ந்தவர்கள் பல்வேறு காலனிகளில் வாழும் நிலையும் ஏற்பட்டது.

ஆப்பிரிக்க காலனிகளாக இருந்தவரை இதனால் பெரிய பிரச்னை எதுவும் ஏற்படவில்லை. ஆனால் இருபதாம் நூற்றாண்டின் இரண்டாம் பகுதியில் காலனிகள் சுதந்தர நாடுகளாக மாற ஆரம்பித்தவுடன் நிலைமை மாறியது.

ஐரோப்பியர்கள் இருந்த வரை உட்பகையைச் சற்றே மறந்து ஒன்றாக வாழ்ந்து வந்த ஆப்பிரிக்க மக்கள், சுதந்தரம் கிடைத்த வுடன் பழைய பகைக் கணக்குகளைத் தீர்த்துக் கொள்ள முற்பட் டனர். விளைவு - உள்நாட்டுப் போர்கள், கலவரங்கள், சீர்கெட்ட சட்ட ஒழுங்கு.

வெகு சில ஆப்பிரிக்க நாடுகளில் மட்டுமே இந்த அவலநிலைக்கு விதிவிலக்காக நிலையான அரசு ஏற்பட்டுள்ளது. மற்ற நாடுகள்

அனைத்தும், இனவாத, மதவாத உள்நாட்டுப் போர்களால் பாதிக்கப்பட்டுள்ளன. இல்லையென்றால், கொடுங்கோல் சர்வாதிகாரிகளின் பிடியில் சிக்கிச் சீரழிந்து வருகின்றன. ஆப்பிரிக்காவின் இந்தத் தலைவிதி சோமாலியாவையும் விட்டு வைக்கவில்லை.

புதிய ஆப்பிரிக்காவில் சோமாலியர்கள் எத்தியோப்பியா, எரிடிரியா, கென்யா, சோமாலிலான்ட் எனப் பல நாடுகளில் சிதறிக் கிடந்தனர். விடுதலையடைந்த சோமாலிய நாட்டுக்குள்ளேயே வடபகுதிக்கும் தெற்கில் வாழ்வோருக்கும் பகை வளர்ந்து வந்தது. மேலும் சோமாலியர்கள் இன (clan) அடிப்படையிலும் ஒற்றுமையின்றிப் பிரிந்து கிடந்தார்கள்.

சோமாலியர் வாழும் அனைத்துப் பகுதிகளுக்கும் சோமாலியா சொந்தம் கொண்டாடியதால், நான்கு வருடங்கள் எத்தியோப்பியாவோடு சண்டையிட்டது. யாருக்கும் வெற்றி கிடைக்காமல் முடிவடைந்த இப்போரால் சோமாலியப் பொருளாதாரம் பாதிக்கப்பட்டது. நிர்வாகம் சீர்குலைந்து ஊழல் மலிந்தது. தேர்தல்களில் பல முறைகேடுகள் அரங்கேறி, ஜனநாயக ஆட்சிமுறை கேலிக்கூத்தாகியது. இந்நிலையில் 1969-ல் அங்கு ராணுவப் புரட்சி நடந்து, ராணுவத் தளபதி சியாத் பாரே ஆட்சியைக் கைப்பற்றினார்.

ராணுவ ஆட்சியால் சோமாலியாவுக்கு எந்தப் பலனும் விளையவில்லை. மாறாக நிலைமை இன்னும் மோசமானது. நிலையான ஆட்சி தருவதாக உறுதியளித்து அதிபரான பாரேயின் இரும்புப் பிடியில் சோமாலியா சிக்கிக்கொண்டது. மெல்ல மெல்ல நிர்வாகத்தின் அனைத்து நிலைகளும் ராணுவத்தின் கையில் வந்தன. அடுத்த கால் நூற்றாண்டுக்கு இதே நிலைமைதான் நீடித்தது.

இனவாதத்தால் பிரிந்து கிடந்த சோமாலிய மக்களை ஒன்றிணைக்க பாரே, தேசியவாதத்தைக் கையில் எடுத்தார். சோமாலிய மக்கள் வாழும் பிரதேசங்கள் அனைத்தும் சோமாலியாவுக்கே சொந்தம் என்று கூறும் 'அகண்ட சோமாலியா' (greater somalia) தத்துவத்தை சோமாலியாவின் அதிகாரபூர்வக் கொள்கையாக்கினார். இதனால் மீண்டும் அண்டை நாடுகளுடன் போர் தொடுத்தார். அவரது போர்களினால் சோமாலியாவுக்குப் பெரும் பொருளாதார இழப்பு ஏற்பட்டதே தவிர ஒரு பலனும் கிட்டவில்லை.

பாரேயின் ஆட்சியில் பொருளாதாரத்துடன் சட்டம் ஒழுங்கும் சேர்ந்து சீர் குலைந்தது. 1986-ல் அவரது ஆட்சியை எதிர்த்து உள்நாட்டுப் போர் மூண்டது. பல ஆண்டுகளாகப் பல கோஷ்டிகள் அதிகாரத்தைக் கைப்பற்ற மோதிக்கொண்டன. சோமாலிய சமுதாயம் முற்றிலும் நிலை குலைந்து போனது.

நிலைமையைச் சீர்செய்யச் சிறிது காலம் முயற்சி செய்த ஐக்கிய நாடுகள் கூட்டமைப்பும் ஒரு கட்டத்துக்கு மேல் ஒன்றும் செய்ய இயலாமல் சோமாலியாவைக் கைகழுவிவிட்டது. அதன் பின்னர் இன்றுவரை சோமாலியாவில் காட்டு ராஜாங்கம்தான். நிலையான அரசு கிடையாது.

நாட்டின் பெரும் பகுதிகள் இஸ்லாமிய தீவிரவாதிகளின் கட்டுப்பாட்டிலும் இன்னும் பல பகுதிகள் கூலிப் படைகளின் கட்டுப்பாட்டிலும் இருந்து வருகின்றன. எத்தியோப்பியா போன்ற அண்டை நாடுகள், ஆப்பிரிக்க யூனியன், ஐநா போன்ற சர்வதேச அமைப்புகள், அல் கைதா போன்ற சர்வதேச தீவிரவாத அமைப்புகள், மேலை நாடுகள் என ஆளுக்கொரு கோஷ்டியை ஆதரிப்பதால் உள்நாட்டுப் போர் இன்று வரை ஓயவில்லை.

ஏதேனும் ஒரு கோஷ்டியினரின் கை சிறிது காலம் ஓங்கியிருப் பதும், பின்னர் அவர்களைப் பிடிக்காத அயல்நாட்டு சக்தியினர் வேறொரு கோஷ்டியைக் கொண்டு அவர்கள் பலத்தை முறியடிப் பதும் சாதாரணமாகி விட்டது. சோமாலியாவின் தலைநகரான மொகாதிஷு இருபதாண்டுகளில் பல முறை கைமாறி இருக் கிறது. இன்னும் இந்நகரம் பல கோஷ்டியினரின் கட்டுப் பாட்டில் இருக்கிறது.

இப்படி நிலையான அரசில்லாமல், சட்ட ஒழுங்கு சீர் குலைந்து தத்தளிக்கும் சமூகத்தில் சமூகவிரோதிகள் உருவாகுவதில் ஆச்சரியம் ஒன்றும் இல்லை. அமைதியான காலத்தில் செய் வதற்கு ஆயிரம் தொழில்கள், பிழைப்பதற்கு ஆயிரம் வழிகள். ஆனால், யுத்த காலத்தில் வன்முறை ஒன்றுதான் சோறு போடுகிறது. இதுதான் சோமாலியாவிலும் நடந்தது.

உள்நாட்டுப் போரினால் சோமாலியாவின் மீன்பிடி தொழில் நசிந்து போனது. பல்லாயிரக்கணக்கான மீனவர்கள் வாழ்விழந்து போனார்கள். போதாக்குறைக்குப் போரினால் கரையோரக் காவல் படையும், கடற்படையும் சிதறிப் போனது. இறை

யாண்மையை நிலைநாட்ட ஆளில்லாத சோமாலியக் கடற்பகுதிகளில் வெளிநாட்டு மீன்பிடிக் கப்பல்கள் அத்துமீறி மீன்பிடிக்க ஆரம்பித்ததால், உள்நாட்டு மீனவர்களுக்கு மிச்சமிருந்த நம்பிக்கையும் தகர்ந்து போனது. சர்வதேசச் சட்டங்களை மீறி ரசாயனக் கழிவுகளை சோமாலிய கடற்பகுதியில் பல நிறுவனங்கள் கொட்டத் தொடங்கியதால் மீன்வளமும் அழிந்து போனது. பிழைக்க வழியில்லை, தடுக்க ஆளுமில்லை என்பதால் சோமாலிய மீனவர்கள் மெல்ல மெல்ல கடல் கொள்ளையர்களாக மாறினார்கள்.

சம்பளம் தர அரசில்லாததால், வாழ்க்கையிழந்த முன்னாள் கடற்படை வீரர்களும் இவர்களுடன் சேர்ந்து கொண்டனர். வேலையில்லாமல் இருக்கும் கூலிப்படையினருக்கு கடல் கொள்ளை லாபகரமான தொழிலாகத் தெரிந்ததால், அவர்களும் வந்து இணைந்து கொண்டனர். இக்கொள்ளையர்களுக்கு உள்ளூர் மக்களிடம் பரவலான ஆதரவும் கிடைத்தது.

பட்டினியால் தவித்தவர்களுக்கு பதில் கொள்ளையர்களுக்கு உதவினால் கால் வயிற்றுக் கஞ்சியாவது கிடைப்பதே இந்த ஆதரவுக்குக் காரணம். கொள்ளையரின் சொகுசு வாழ்க்கையும், அவர்கள் கையில் புரளும் பணமும் சோமாலிய இளைஞர்களைக் கொள்ளைத் தொழிலுக்கு ஈர்த்துவிட்டன.

அந்தக் கொள்ளையர்களில் பெரும்பாலானவர்கள், 35 வயதுக் குட்பட்ட இளைஞர்கள். இப்படி சந்தர்ப்பமும் சூழ்நிலையும் தான் ஒரு வலுவான கடல் கொள்ளையர் சமூகத்தை உருவாக்கி விட்டன.

இந்த சோமாலிய கொள்ளைக் கூட்டத்துக்கு இரையாவது பெரும்பாலும் சர்வதேசச் சரக்குக் கப்பல்கள்தான். கொள்ளையர்கள், முதலில் சோமாலியக் கடல் பகுதியில்தான் தங்கள் தொழிலை ஆரம்பித்தனர். சோமாலியா ஆப்பிரிக்க கொம்பு (Horn of africa) கடற்கரைப் பகுதி பல முக்கிய கடல் வழிப் பாதைகளின் அருகில் உள்ளது.

சூயஸ் கால்வாயின் வழியாகப் போகும் கப்பல்கள் பெரும் பாலும் இக்கடல் பாதைகளையே பயன்படுத்துகின்றன. கடல் வழிப் பாதைகளைப் பயன்படுத்தினால் எரிபொருள் செலவு குறையும் என்பதினாலும் இப்பகுதிகளில் எப்போதும் சரக்குக்

கப்பல் போக்குவரத்து இருந்துகொண்டே இருக்கிறது. இந்தக் கப்பல்களே கொள்ளையர்களுக்கு இரையாகின்றன.

கொள்ளைத் தொழிலுக்குப் பெரிய முதலீடு ஒன்றும் தேவை யில்லை. நான்கைந்து இளைஞர்கள், நான்கைந்து ரப்பர் படகுகள், சில துப்பாக்கிகள், கை பீரங்கிகள் (Bazooka), ஒரு சாட்டிலைட் ஜிபிஎஸ் கருவி இவையிருந்தால் போதும், ஒரு கொள்ளைக் கூட்டத்தை உருவாக்கி விடலாம்.

ஆயுதமேந்திய கொள்ளையர்கள் சிறு ரப்பர் படகுகளில் கடல் வழிப்பாதைகளில் காத்திருப்பார்கள். பிசியான அந்தப் பாதைகளில் எப்படியாவது ஒரு சரக்குக் கப்பலாவது வந்து சிக்கும். அதன் வழியை மறைப்பார்கள்.

'சரணடையவில்லையென்றால் கை பீரங்கிகளால் தாக்குவோம்!' என்று ஒலிபெருக்கியால் எச்சரிப்பார்கள். கப்பலின் கேப்ட னுக்கு சரணடைவதைத் தவிர வேறு வழி இருக்காது. சரக்குக் கப்பல்களில் போர் கப்பல்களைப் போல எஃகுக் கவசம் இருக்காது. ஒரு சில கையெறி குண்டுகள் விழுந்தாலே மூழ்கக் கூடியவை அவை.

உயிருக்கு பயந்து கப்பலை நிறுத்தியவுடன், கொள்ளையர்கள் அதைக் கைப்பற்றிக் கொள்வார்கள். ஆரம்பத்தில், கப்பலிருந்து சுருட்டக் கூடியதைச் சுருட்டிக்கொண்டு கப்பலை விடுதலை செய்துகொண்டிருந்தார்கள். ஆனால், கப்பலைக் கொள்ளை யடிப்பதைவிட, கப்பல் மாலுமிகளைப் பணயக் கைதிகளாகப் பிடித்துக் கொண்டால் பலமடங்கு வசூல் கிடைக்கும் என்பதை விரைவில் உணர்ந்துகொண்டார்கள். இதனால் இப்போதெல் லாம், கொள்ளையடிப்பதைவிட மாலுமிகளைக் கடத்துவதே அதிகம் நடக்கிறது.

மாலுமிகளைப் பிடித்து, சோமாலியக் கடற்கரை கிராமங்களில் சிறையிலடைத்த பின்னர் அவர்கள் சொந்தக்காரர்களுக்குத் தகவல் அனுப்புகிறார்கள். தலைக்கு இவ்வளவு என்று பணயத் தொகை நிச்சயிக்கப்படுகிறது. பதறியடித்து ஓடிவரும் மாலுமி களின் உறவினர்களிடம் பேரம் பேசவே தனிக் குழுக்கள் இருக்கின்றன.

பேரம் படிந்து பணம் கையில் கிடைத்தால், மாலுமிகள் விடு விக்கப்படுகின்றனர். பணம் இல்லையென்றால், கொலைதான்.

சில சமயங்களில் பேரப் பேச்சுவார்த்தைகள் இழுத்தடித்து, பல ஆண்டுகளுக்கு பணயக் கைதிகள் சிறையில் அடைப்பட்டுக் கிடந்ததும் நடந்திருக்கிறது.

கைப்பற்றிய கப்பல்களை மீண்டும் கொள்ளையடிக்கப் பயன் படுத்தும் கொள்ளையர்களும் இருக்கிறார்கள். இவர்கள் ஒரு கப்பலைக் கைப்பற்றியவுடன், துப்பாக்கி முனையில் கப்பல் மாலுமிகளைக் கட்டுப்படுத்துவார்கள்.

கொள்ளையர்களின் உத்தரவுப்படி அந்தக் கப்பல் 'நான் ஆபத்தில் இருக்கிறேன். என்னைக் காப்பாற்றுங்கள்' என்று ரேடியோவில் செய்தி ஒலிபரப்பும். இதைக் கேட்கும் மற்ற சர்வதேசக் கப்பல்கள் அதன் உதவிக்கு விரைந்து வரும் (Mayday - அபாய ஒலிபரப்பைக் கேட்டால் உதவ வேண்டுமென்பது சர்வதேச மாலுமிகளின் எழுதப்படாத விதி).

இப்படி, தானே வந்து மாட்டிக்கொள்ளும் கப்பல்களும் கொள்ளையர்கள் வசமாகின்றன. ஆரம்பத்தில் பொருள் கொள்ளை, கொள்ளையர்களின் முக்கிய நோக்காக இருந்த போது, சரக்குக் கப்பல்கள் மட்டும்தான் கொள்ளையர்களின் இலக்காக இருந்து வந்தன. ஆனால், ஆள் கடத்தல் முக்கிய தொழிலாகிப் போன பிறகு, பிறநாட்டு மீனவக் கப்பல்களையும் கொள்ளையர்கள் தாக்குகின்றனர்.

கடல் கொள்ளையர்களுக்கு உதவுவதற்காக சோமாலிய கடற் கரையெங்கும் திடீர் நகரங்கள் உருவாகியுள்ளன. கொள்ளையர் களின் புதிய பணம், பல ' கொள்ளையர் தலைமையிடங்களை' உருவாக்கிவிட்டது. இந்த திடீர் நகரங்களில் கொள்ளையர்களின் படகுகளைப் பழுதுபார்ப்பவர்கள், அவர்களுக்காக அன்னியச் செலவாணியை மாற்றுபவர்கள், அவர்களுக்கு ஆயுதங்களை விற்பவர்கள், பணயக் கைதிகளை அடைத்து வைக்கும் சிறைகளை நடத்துபவர்கள், கொள்ளையர்களுக்கு அதிநவீனக் கருவிகளை சப்ளை செய்பவர்கள், கேளிக்கை விடுதிகள் என கொள்ளையர்களுக்கென ஒரு தனி தொழில் உலகமே இயங்குகிறது.

வறுமையில் வாடும் சோமாலிய மக்களுக்குக் கொள்ளையர்கள் மூலம் கிடைக்கும் வருமானம் பெரிதும் உதவுகிறது. இதனால் அவர்கள் கொள்ளையர்களைப் பெரிதும் ஆதரிக்கின்றனர்.

ஆனால் இந்த திடீர் நகரங்களில் வாழ்க்கை அப்படி ஒன்றும் எளிதானதல்ல. நிலையான அரசு கிடையாது. கொள்ளையர்கள் வைத்ததுதான் சட்டம். அவர்களைப் பகைத்துக் கொண்டால் உயிருக்கு உத்தரவாதம் கிடையாது. பொருளாதாரத்தைச் சீர்படுத்த மத்திய அமைப்பு எதுவும் இல்லாததால் பெரும் பணவீக்கமும் பணவாட்டமும் மாறி மாறி ஏற்படுகின்றன.

விலைவாசியும் அதற்கேற்றார்போல் நிலையின்றி ஏறி இறங்கு கிறது. கட்டுப்படுத்த ஆளில்லாமல் ஆயுதமேந்தி அலையும் இளைஞர்களால் எந்நேரமும் யாருக்கும் எதுவும் நிகழலாம். சுருக்கமாகச் சொன்னால் இந்நகரங்கள் அனைத்தும் காட்டு ராஜாங்கங்கள்தான்.

பொதுவாகக் கட்டுப்பாடின்றித் திரியும் கொள்ளையர்களின் தொழில் சுத்தம் மிகவும் பிரபலம். கொள்ளையை நன்றாக நெறிமுறைப்படுத்தி, பிற தொழில்களைப் போலவே ஒழுங்காக நடத்துகின்றனர். கொள்ளைத் தொழில் நன்றாக ஒழுங்குபடுத்தப்பட்டு, கிட்டத்தட்ட பங்குச்சந்தை போலவே செயல்படுகிறது.

கொள்ளையர் நிலைமுறையில் (hierarchy) கடைமட்டத்தில் இருப்பவர்கள்தான் படகுகளில் சென்று கப்பல்களைத் தாக்கு வது, பணயக்கைதிகளைப் பிடித்து வருவது போன்ற செயல் களைச் செய்கின்றனர். மேல்மட்டத்தில் இருக்கும் கொள்ளை கும்பல் தலைவர்கள், பன்னாட்டு நிறுவன மேலாளர்கள் போலச் செயல்படுகின்றனர்.

எதிர்காலத்துக்குத் திட்டமிடுவது, பணயத் தொகையைப் பங்கிடு வது, அயல்நாடுகளிலிருந்து தளவாடங்களைத் தருவிப்பது, கொள்ளைப் பணத்தை அயல்நாட்டு வங்கிகளுக்கு ஹவாலா முறையில் அனுப்புவது போன்ற உயர்மட்ட வேலைகள் மட்டுமே இவர்களுடையது.

இந்த இரு குழுக்களுக்கும் இடையே நடுநிலை மேலாளர்கள் இருக்கிறார்கள். கொள்ளைக் கூட்டத் தலைவர்களின் திட்டங் களைக் கடைமட்ட 'ஊழியர்கள்' ஒழுங்காக நிறைவேற்றுகிறார் களா என்பதை உறுதி செய்வதே இவர்களது வேலை. இப்படி கொள்ளைத் தொழில் கனஜோராக நிறுவனப்படுத்தப்பட்டு நடந்து வருகிறது.

கடல் வர்த்தக அமைப்புகளின் கணிப்புகளின்படி சில கொள்ளைக் கூட்டங்களில் ஆயிரம் உறுப்பினர்களுக்கு மேல் இருக்கிறார்கள் என்று நம்பப்படுகிறது. கடந்த சில ஆண்டு களாகக் கொள்ளையர்களின் தாக்குதல்கள் அதிகரித்து வரு கின்றன. சோமாலிய கடற்கரைப் பகுதிகளில் மட்டுமல்லாமல் இந்தியப் பெருங்கடலின் பல பகுதிகளிலும் இவர்கள் தங்கள் கைவரிசையைக் காட்டத்தொடங்கிவிட்டனர்.

இச்சம்பவங்களால் சர்வதேச வணிகம் பாதிக்கப்பட்டுள்ளது. கொள்ளையர்களின் செயல்பாடுகளைவிட, அவர்களைப் பற்றி பன்னாட்டு ஊடகங்களில் வெளியாகும் பரபரப்பான செய்திகளே பெரும் தாக்கத்தை ஏற்படுத்தியுள்ளன. இதனால், இந்தியப் பெருங்கடல் பகுதியில் செல்லும் கப்பல்களின் காப்பீட்டுத் தொகைகள் பலமடங்கு அதிகரித்துள்ளன. பல சரக்குக் கப்பல் நிறுவனங்கள், தங்கள் கப்பல்களைக் கொள்ளையர் தொல்லை இருக்கும் கடற்பகுதிகள் வழியாக அனுப்பாமல், ஆப்பிரிக்கா வைச் சுற்றி அனுப்பத் தொடங்கியுள்ளன.

இப்படிப் பல வழிகளில் தொல்லை கொடுத்து வரும் கொள்ளை யர்களை சர்வதேச சமுதாயம் ஏன் இன்னும் விட்டு வைத்திருக் கிறது என்பது ஆச்சரியப்பட வைக்கிற ஒரு கேள்வி. உண்மை யில், கொள்ளையர்களை ஒழிப்பது அவ்வளவு எளிதான காரிய மில்லை.

ஆப்பிரிக்க கொம்புப் பகுதியிலும், இந்தியப் பெருங்கடல் கடலிலும் உள்ள கடல்வழிப் பாதைகள் மிகவும் பிசியானவை. எல்லா நேரங்களிலும் எல்லாப் பாதைகளையும் கண்காணிக்க உலகில் எந்த நாட்டின் கடற்படையிடமும் பலம் கிடையாது. இந்தியப் பெருங்கடலில் ஆதிக்கம் செலுத்த விரும்பும் நாடுகளிடையே நிலவும் பரஸ்பர நம்பிக்கையின்மை, சர்வதேச அரசியல் கூறுகள் போன்ற காரணங்கள் கொள்ளையர்களுக்கு எதிரான ஒருங்கிணைந்த தாக்குதலுக்கு இடையூறாக இருக் கின்றன.

சமீப காலத்தில் கொள்ளையர்களுடைய அட்டகாசம் எல்லை மீறிப் போன பின்னர்தான் இந்த நாடுகள் தங்கள் பழைய பகையைச் சற்றே மறந்து கொள்ளையருக்கு எதிராக ஒருங் கிணைந்து செயலாற்றத் தொடங்கியுள்ளன. ஆனால், கடல்வழி

களில் ரோந்து செல்வதும், அவர்கள் கப்பல்களை மூழ்கடிப்பது மட்டும் கடல் கொள்ளையை அழித்து விடாது.

கடலுக்கு வருவது கடைமட்டக் கைக்கூலிகள் மட்டுமே. இந்தக் கைக்கூலிகளை மட்டும் அழிப்பதென்பது கொள்ளைத் தொழிலின் விரல்களை வெட்டுவது போல. கொள்ளைத் தொழிலின் மூளைகளான கொள்ளையர் தலைவர்களும், அவர்களது நிர்வாகமும் பெரும்பாலும் சோமாலியக் கரையில் தான் இருக்கின்றன. எனவே சோமாலியாவில் உள்நாட்டுப் போர் ஓய்ந்து நிலையான அரசு அமையும்வரை கொள்ளையை முற்றிலும் ஒழிக்க முடியாது.

11
குதிக்கும் அணில்கள்

அண்மைக் காலங்களில் கடல் கொள்ளையர் என்றவுடன் சட்டென்று நம் நினைவுக்கு வருபவர்கள் சோமாலிய கடல் கொள்ளையர்கள் தான். ஊடகங்களில் வரும் பரபரப்பான செய்திகளால் பொதுமக்களின் நினைவில் சோமாலியக் கொள்ளையர்கள் இடம் பிடித்து விட்டனர். இதுவே அவர்களுக்கு வினையாகவும் போனது.

சோமாலியக் கொள்ளையர்களது பிரபலத்தால் அவர்களை உடனடியாக ஒடுக்க சர்வதேச சமுதாயம் நடவடிக்கைகளை மேற்கொள்ள ஆரம்பித்திருக்கிறது. அண்மைக் கால ஊடகங்களைப் பார்க்கிற ஒருவர், உலகில் சோமாலியாவில் மட்டும்தான் கடல் கொள்ளை நடக்கிறது என்ற முடிவுக்கு வரக்கூடும். ஆனால், உண்மை அதுவல்ல. ஆப்பிரிக்க கொம்புப் பகுதியைப் போன்றே பெருமளவில் கடல் கொள்ளைச் சம்பவங்கள் நடக்கும் வேறொரு பகுதியும் உள்ளது. அதுதான் மலாக்கா ஜலசந்தி (Malacca Straits).

மலாக்கா ஜலசந்தி ஐரோப்பிய, ஆப்பிரிக்க, மத்திய ஆசியா பிரதேசங்

களுக்கும் கிழக்காசியாவுக்கும் இடையே நடைபெறும் வர்த்தகத்துக்கு மிக முக்கியமான கடல்வழிப் பாதை. ஆயிரம் கி.மீ. நீளும் இந்தக் கடல் பாதை மிகவும் குறுகலானது. மலேசிய தீப கற்பத்துக்கும் இந்தோனெஷிய நாட்டின் சுமத்ரா தீவுக்கும் இடையே அமைந்துள்ள இந்த ஜலசந்தி சராசரியாக நாற்பது கி.மீ. அகலம் கொண்டுள்ளது. பண்டைய காலந்தொட்டு இது ஒரு முக்கியமான கடல் வழிப் பாதையாக இருக்கிறது.

முன்பு இந்தியாவுக்கும் சீனாவுக்கும் இடையேயான கடல் வழி வாணிபம் இப்பாதையின் வழியாகத்தான் நடைபெற்று வந்தது. நவீனயுகத்தில், மத்திய கிழக்கு நாடுகளின் வர்த்தகப் போக்குவரத்துக்கும் இது முக்கியமான பாதையாகத் திகழ்கிறது. ஒவ்வொரு ஆண்டும் பல்லாயிரக்கணக்கான சரக்குக் கப்பல்கள் இக்கடல் வழிப் பாதையைப் பயன்படுத்துகின்றன. மலக்கா ஜலசந்தியைத் தவிர்க்க வேண்டுமென்றால் கப்பல்கள் சுமத்ரா தீவைச் சுற்றிக்கொண்டு போகவேண்டும்.

இதனால், அவற்றின் பயணப்பாதை சுமார் 1600 கிலோ மீட்டர் அதிகரிக்கிறது. எரிபொருளோடு நேரமும் விரயமாகிறது. எனவேதான் சர்வதேசச் சரக்குக் கப்பல்கள் இந்த ஜலசந்தியில் பயணம் செய்ய விரும்புகின்றன. உலகிலேயே போக்குவரத்து நெரிசல் மிக்க கடல்வழிப் பாதைகளில் இது இரண்டாவது இடத்தில் உள்ளது.

‘வர்த்தகம் செழிக்கும் பகுதியில் கடற்கொள்ளையும் செழிக்கும்’ என்னும் விதிக்கு மலாக்கா ஜலசந்தி விதிவிலக்கல்ல. குறுகிய கடற்பகுதி மட்டுமல்லாமல், கடற்கொள்ளைக்கு ஏற்றார் போல நிலஅமைப்பும் அமைந்துள்ளதால் இந்தப் பிரதேசம் கடல் கொள்ளையர்கள் உருவாகித் தழைக்க ஏற்றதாக உள்ளது.

குட்டி குட்டியாகப் பல தீவுகள், எண்ணற்ற பவளப் பாறைகள், சதுப்பு நிலங்கள் நிறைந்த கடற்கரை, பல சின்ன ஆறுகளின் முகத்துவாரங்கள் என கொள்ளைத் தொழிலுக்கு ஏற்ற புவியியல் கொள்ளையர்களுக்கு சாதகமாக அமைந்துள்ளது. முதலில் மீன்பிடித் தொழிலில் ஈடுபட்டு வந்த இப்பகுதி மக்கள் மெல்ல மெல்ல கொள்ளையர்களாக மாறினர். நாளடைவில் கொள்ளையே முழு நேரத் தொழிலாக மாறிவிட்டது.

‘லானுன்’ என்றழைக்கப்படும் இக்கொள்ளையர்கள் ஒரு காலத்தில் மலேசியாவிலும் சுமத்ராவிலும் பல பலமிக்க சுல்தான்

ராஜ்ஜியங்களைத் தோற்றுவித்து ஆண்டுவந்தனர். திறமைமிக்க மாலுமிகள், கடலிலும் ஆறிலும் செல்லக் கூடிய மரக்கலங்கள், கொள்ளையடித்ததும் பாதுகாப்பாக ஒளிந்து கொள்ள பலமான கோட்டைக் கொத்தளங்கள் என சர்வ வசதிகளுடன் கொள்ளைத் தொழிலைச் செய்து வந்தனர். மலாக்கா ஜலசந்தியைப் பயன்படுத்தும் வர்த்தகக் கப்பல்கள் ஏற்றிச் செல்லும் ரப்பர், வாசனை திரவியங்கள், வெள்ளி, தங்கம், அபின், அடிமைகள் போன்ற விலையுயர்ந்த சரக்குகளைக் கொள்ளையடித்ததால் இவர்களது செல்வமும் பலமும் பல நூற்றாண்டுகளாகப் பெருகிக் கொண்டே வந்தன.

பத்தொன்பதாம் நூற்றாண்டில் ஐரோப்பிய காலனி கடற்படைகளுடன் மோதியதால் இவர்களது பலம் சிதறியது. தங்களுடைய கிழக்காசிய காலனிகளுக்குச் செல்ல பாதுகாப்பான கடல்வழிப் பாதை தேவை என்பதை உணர்ந்த ஐரோப்பிய நாடுகள் லானுன் கொள்ளையர்களை ஒழிப்பதில் தனி கவனம் செலுத்தின. கொள்ளையர்களின் சுல்தான் ராஜ்ஜியங்களை ஒவ்வொன்றாக ஒடுக்கி, தங்கள் கட்டுப்பாட்டின் கீழ் கொண்டு வந்தன.

அடுத்த நூறாண்டுகளுக்கு இப்பகுதியில் கொள்ளைத் தொழில் பெருமளவில் ஒழிக்கப்பட்டது. ஆனால் லானுன்களின் இருபதாம் நூற்றாண்டு வாரிசுகள் தங்கள் பரம்பரைத் தொழிலை முற்றிலுமாக விட்டுவிடவில்லை.

இன்று மலாக்கா ஜலசந்தியில் கொள்ளையடிக்கும் லானுன்களை மூன்று வகையாகப் பிரிக்கலாம். முதல் வகை சாதாரணக் கொள்ளையர்கள் - கப்பல்களைக் கைப்பற்றி, சரக்குகளையும் மாலுமிகளையும் கொள்ளையடிக்கும் கும்பல்கள். இரண்டாம் வகையினர் இவர்களைவிடப் பெரிய கைகள் - கப்பல்களையே கடத்தி கருப்புச் சந்தையில் விற்பவர்கள்.

இவர்களைவிடவும் ஆபத்தான கும்பல்கள் உள்ளன. அவை புரட்சி / தீவிரவாத அமைப்புகள். கிழக்காசியாவில் அடிக்கடி நடைபெறும் புரட்சிகள், உள்நாட்டுப் போர்கள், கலகங்கள் போன்றவை அப்பகுதியில் வேலையில்லாத பல ஆயுதமேந்திய குழுக்களை உருவாக்கியுள்ளன.

அவர்கள் தங்கள் போராட்டங்களுக்கு நிதி திரட்ட கடல் கொள்ளையில் ஈடுபடுகின்றனர். இந்த கொரில்லா கும்பல்கள்

மிகவும் விரும்பிச் செய்யும் தொழில் - ஆள் கடத்தல். சோமாலியக் கொள்ளையர்களைப் போன்றே சர்வதேச மாலுமிகளைக் கடத்தி, அவர்களுடைய குடும்பத்தாரிடமிருந்து பணயத் தொகையைப் பறிப்பது இவர்களுக்கு பணம் சம்பாதிக்க எளிதான வழியாக உள்ளது.

பத்தொன்பது, இருபதாம் நூற்றாண்டுகளில் ஓரளவு அமைதியாக இருந்த மலாக்கா ஜலசந்தியில் 1990 களில் கொள்ளையர் தாக்கு தல்கள் அதிகரிக்கத் தொடங்கின. அமெரிக்காவுக்கும், சோவியத் யூனியனுக்கும் இடையேயான பனிப்போர் முடிவடைந்ததுதான் இதற்குக் காரணமெனக் கருதப்படுகிறது.

பனிப்போர் உச்சத்திலிருந்த போது, இரு தரப்பு நாடுகளின் போர்க்கப்பல்களும் இந்தியப் பெருங்கடலில் அடிக்கடி ரோந்து செல்வது வழக்கம். இது தவிர இரு நாடுகளும் இப்பகுதிகளில் உள்ள தங்கள் ஆதரவு நாடுகளில் கப்பற்படைத் தளங்களை அமைத்திருந்தன. போர்க் கப்பல்கள் அடிக்கடி போய் வந்து கொண்டிருந்ததால் கொள்ளையர்கள் இப்பகுதியில் தலை காட்டாமல் இருந்தனர்.

1991-ல் சோவியத் யூனியன் வீழ்ந்த பிறகு பனிப்போர் முடிவுக்கு வந்தது. போர்க் கப்பல்களின் ரோந்துகளும் குறைந்தன. இப்பகுதியில் இருந்த பல கப்பல் தளங்கள் மூடப்பட்டன. இதனால் தைரியம் கொண்ட கொள்ளையர்கள் துணிச்சலுடன் தங்கள் கைவரிசையைக் காட்டத் தொடங்கினர்.

இக்காலகட்டத்தில் சீனா, தைவான், ஹாங்காங் போன்ற கிழக்காசிய நாடுகள் மற்றும் இந்தோனேசியா, தாய்லாந்து, மலேசியா போன்ற தென்கிழக்காசிய நாடுகளின் பொருளாதாரங்கள் அசுர வேகத்தில் வளரத் தொடங்கியதால் மலாக்கா ஜலசந்தியில் வர்த்தகக் கப்பல் போக்குவரத்தும் பல மடங்கு அதிகரித்தது.

குறிப்பாக கச்சா எண்ணெய் போன்ற பெட்ரோலியப் பொருள் களைத் தாங்கிச் செல்லும் டாங்கர்களின் எண்ணிக்கை கூடியது. 'ஆசியப் புலிகள்' என்றழைக்கப்படும் ஆசிய நாடுகளுக்கு தங்கள் எரிபொருள் தேவையை நிறைவு செய்ய இந்த பெட்ரோலியப் பொருள்கள் இன்றியமையாதவை.

இப்படி வர்த்தகக் கப்பல் போக்குவரத்து அதிகரித்தாலும் அதற்கேற்றார் போல பாதுகாப்பு பலப்படுத்தப்படவில்லை.

பனிப்போர் காலத்தில் இப்பகுதியில் ரோந்து செல்லும் பொறுப்பை வல்லரசுகளிடம் விட்டுவிட்டதால் ஆசிய நாடுகள் தங்கள் கடற்படைகளைச் சரிவர கவனிக்காமல் விட்டுவிட்டன. மேலும், மலாக்கா ஜலசந்தி பகுதி யாருக்குச் சொந்தம் என்று வேறு சர்ச்சை இருந்து வந்தது.

மலேசியாவும், இந்தோனேசியாவும் இப்பகுதிக்குச் சொந்தம் கொண்டாடியதால் இப்பகுதியில் போர் பதட்டம் நிலவி வந்தது. எனவே இரு நாடுகளும் இப்பகுதியில் தங்கள் கப்பல் படைகளை ரோந்துக்கு அனுப்பத் தயங்கி வந்தன. இந்த நிலை கொள்ளை யருக்குச் சாதகமாகப் போய் விட்டது.

90 களின் மையப்பகுதியில் மெல்லத் தலைதூக்க ஆரம்பித்த கொள்ளையர்கள், அடுத்த பதினைந்து ஆண்டுகளுக்கு மலாக்கா ஜலசந்தியில் பெரும் தொல்லையாக மாறினர். இப்பகுதியில் உள்ள பல குட்டித் தீவுகளும், சதுப்பு நிலக் காடுகளும் கொள்ளை யர்களின் தலைமையிடங்களாக மாறின.

நாளாக நாளாகக் கொள்ளையர்களின் துணிச்சலும் திறமையும் அதிகரிக்கத் தொடங்கியது. முதலில் திட்டமிடாமல் ஆங்காங்கே கொள்ளைச் சம்பவங்கள் நடைபெற்று வந்தன. பின்னர், கொள்ளையர்கள் ஒன்றிணைந்து செயல்படத் தொடங்கினர்.

எந்தக் கப்பலை எங்கே கொள்ளையடிக்க வேண்டும் என்று முன்கூட்டியே திட்டமிட்டுத் தாக்குதல்கள் நடைபெறத் தொடங் கின. கொள்ளையடிக்கும் முன்னரே குறிவைக்கப் போகும் கப்பலை விற்று, பங்கு போட்டுக் கொள்ளும் அளவுக்குக் கொள்ளையர் கும்பல் முன்னேறி விட்டது.

சர்க்கரை, கனிமங்கள், பெட்ரோலியப் பொருள்கள் போன்ற சரக்குகளையே கொள்ளையர்கள் விரும்பிக் கொள்ளையடிக்கத் தொடங்கினர். தங்கள் பணபலத்தால் பன்னாட்டு கப்பல் நிறுவனங்களின் ஊழியர்களையும், வர்த்தகக் கப்பல்களின் மாலுமிகளையும் விலைக்கு வாங்கி, தங்களுக்குச் செய்தி சொல்லும் உளவாளிகளாக மாற்றினர். கொள்ளையர்களுக்குத் தெரியாமல் எந்தச் சரக்கும் மலாக்கா ஜலசந்தியைக் கடக்க முடியாது என்ற நிலை உருவானது.

ஒவ்வோர் ஆண்டும் நூற்றுக்கணக்கான கொள்ளைகள் நடக்கத் தொடங்கின. கொள்ளையடிப்பதற்குத் தேவையான கப்பல்கள்,

நவீன ரக ஆயுதங்கள், தளவாடங்கள், கப்பல் தளங்கள், கொள்ளையடித்த சரக்குகளைக் கள்ளச் சந்தையில் விற்கும் நிறுவனங்கள், கடத்திய கப்பல்களைப் பெயர் மாற்றி விற்கும் நிறுவனங்கள், சம்பாதித்த பணத்தை, கறுப்பிலிருந்து வெள்ளை யாக மாற்றும் பணச்சலவை நிறுவனங்கள் என கொள்ளைத் தொழில் சூழ்மண்டலமே இந்தப் பகுதியில் உருவாகி விட்டது.

காலத்துக்கு ஏற்றார் போல கடல் கொள்ளையரும் தங்கள் முறை களை மாற்றிக் கொண்டுள்ளனர். பகிரங்கமாகக் கொள்ளை யடிப்பது கஷ்டமென்பதால் கொள்ளைத் தொழில் பல புதிய பரிமாணங்களை எடுத்துள்ளது.

மலாக்கா ஜலசந்தியில் நடக்கும் கொள்ளைச் சம்பவங்கள் அனைத்தும் அப்பாவி கப்பல்களையும் மாலுமிகளையும் தாக்கும் சம்பவங்கள் அல்ல. பல கொள்ளைச் சம்பவங்களை கப்பல் நிறுவனங்களும் மாலுமிகளே ஏற்பாடு செய்கின்றன.

வர்த்தகப் போட்டி, காப்பீடு ஊழல் என இதற்குப் பல காரணங் கள் உள்ளன. கப்பல் நிறுவனங்களே போட்டி நிறுவனங்களின் கப்பல்களைத் தாக்குவதற்குக் கொள்ளையர் கூட்டங்களை வேலைக்கு அமர்த்துகின்றன. சில சமயம் தங்களது சொந்தக் கப்பல்களையே பெரிய அளவில் காப்பீடு செய்துவிட்டுக் கொள்ளையர்களை ஏவி அவற்றைத் தாக்கச் செய்வதும் நடக்கின்றது. தாக்கப்படும் கப்பல்களில் இருக்கும் மாலுமிகளே கடல் கொள்ளை இவ்வளவு எளிதானதா என்று வியந்து, கொள்ளையர்களாக மாறிய சம்பவங்களும் நடந்துள்ளன.

2005-ல் நெப்லைன் டீலிமா என்ற கப்பலைக் கொள்ளையடிக்கும் போது சிக்கிய அரீஃப்பின் என்ற கொள்ளையர் கொடுத்த வாக்கு மூலத்தின் மூலம் எப்படி ஏழை இந்தோனேசிய மாலுமிகள் கொள்ளையர்களாக மாறுகின்றனர் என்பது வெளியுலகத்துக்குத் தெரிந்தது.

அரீஃப்பின் ஒரு சாதாரண கப்பல் மாலுமி தான். ஒரு முறை அவர் இருந்த கப்பலைக் கொள்ளையர்கள் தாக்கினர். இந்தச் சம்பவத்தை நேரில் கண்ட பின்னர் மலாக்காவில் கொள்ளைத் தொழில் எவ்வளவு எளிதானது என்பதை அவர் உணர்ந்து கொண்டார்.

எனவே ஒரு எண்ணெய்க் கப்பலைத் தாக்க ஆள் வேண்டும் என்று மலேசிய கப்பல் நிறுவனத்தின் நிர்வாகி ஒருவர் அவரிடம்

கேட்டபோது, தானே அதைச் செய்ய ஒப்புக் கொண்டார். தன்னைப் போல வேலையில்லாமல் இருந்த மாலுமிகள் சிலரையும், கூலிப்படையினர் சிலரையும் சேர்த்துக் கொண்டு டீலிமா என்ற அந்தக் கப்பலைத் தாக்கினார்.

அந்தக் கூட்டம் முழுவதும் தொழிலுக்குப் புதுசென்பதால் அக்கப்பலின் மாலுமிகளை உடனே சிறைபிடிக்க அரீஃப்பினின் ஆட்கள் தவறிவிட்டனர். ஒரே ஒரு மாலுமி மட்டும் கொள்ளை யர்களின் படகில் குதித்து தப்பித்துவிட்டார். அந்த மாலுமியால் எச்சரிக்கப் பட்ட மலேசிய கடலோரக் காவல் படையினர் விரைந்து வந்து அரீஃபினின் கும்பலை வளைத்துப் பிடித்து விட்டனர்.

பெரிய கொள்ளைக் கும்பல் மாட்டியிருக்கிறது என்று நினைத்த அவர்களுக்கு அரீஃப்பினின் கையாலாகாத கொள்ளைக் கும்பல் ஆச்சரியப் படவைத்தது. ஏனென்றால் அவர்களில் யாருக்கும் கொள்ளையடிப்பதில் முன் அனுபவம் கிடையாது. சாதாரண மாலுமிகளும், அடியாட்களும் சேர்ந்தே கொள்ளையடிக்கக் கிளம்பினர் என்ற உண்மை அதிகாரிகளை வியப்பில் ஆழ்த்தியது. மலாக்காவில் கொள்ளைத் தொழில் எவ்வளவு பரவலாகி விட்டது என்பதையும் அது உணர்த்தியது.

சாதாரணர்களே இவ்வளவு தைரியமாகக் கொள்ளையடிக்க வந்தால், பெரும் பின்புலமுள்ள கிரிமினல் கும்பல்களால் எவ்வளவு எளிதாக இதைச் செய்ய முடியும் என்று சிந்தித்துப் பாருங்கள். இவர்கள் அரீஃப்பினின் கும்பலைப் போல் சரியாகத் திட்டமிடாமல் மாட்டிக் கொள்வதில்லை.

மலேசியா, சிங்கப்பூர், இந்தோனேசியா என இப்பகுதியில் உள்ள அனைத்து நாடுகளின் நிழலுலகப் பிரமுகர்களுடன் இவர்கள் கூட்டணி வைத்துள்ளனர். கப்பல்களின் கால அட்டவணை, கடற்படை ரோந்துகளின் அட்டவணை, எந்தக் கப்பல் எந்தச் சரக்கை ஏற்றிச் செல்கிறது, பருவ நிலை மாற்றத்தால் கப்பல் களின் வேகம் எப்படி மாறும் என்ற சகல விஷயங்களும் இவர் களுக்கு அத்துப்படி. அண்டைய நாடுகளின் காவல் துறையினர் பலரும் இவர்களது கைக்குள்.

நாம் முன்பே பார்த்தபடி, இப்பகுதி கொள்ளையர்களை மூன்று வகைகளாகப் பிரிக்கலாம். - வழிப்பறி கொள்ளையர்கள், கப்பல்

கடத்தும் கும்பல்கள், ஆள் கடத்தல் செய்யும் ஆயுதமேந்திய குழுக்கள். இந்த மூன்று கும்பல்களுக்குச் செய்தி சொல்வது, திட்டமிடுவது, போன்றவற்றை கப்பல் கொள்ளையின் கிரிமினல் கும்பல்களே செய்கின்றன.

இவர்கள் கப்பல்களைத் தாக்கி, மாலுமிகளிடம் வழிப்பறி செய்வதை சில்லறைத் தொழிலாகக் கருதுகிறார்கள். கொள்ளையர் வழக்கில் 'ஷாப்பிங்' என்றழைக்கப்படும் இந்த வழிப்பறித் தாக்குதல்கள் பெரும்பாலும் அடிமட்ட சில்லறைக் கொள்ளையர்களுக்கு அவுட்சோர்ஸ் செய்யப்படுகின்றன. இது சாதாரண திருட்டைப் போன்றது. வர்த்தகக் கப்பல்களில் எப்போதும் கத்தை கத்தையாகப் பணம் இருக்கும்.

துறைமுகங்களில் தளவாடங்கள் வாங்குவதற்கும், மாலுமி களுக்கு சம்பளம் தருவதற்கும் பல நாட்டு கரன்சிகளை கப்பல் களில் வைத்திருப்பார்கள். இதைக் குறிவைத்துத்தான் இந்த வழிப்பறிக் கொள்ளையர்கள், கப்பல்களைத் தாக்குவார்கள்.

மலாக்கா ஜலசந்தியில் போக்குவரத்து நெரிசல் அதிகமென்ப தாலும், கப்பல் கேப்டன்கள் எரிபொருளை மிச்சப்படுத்த ஆசைப்படுவதாலும் கப்பல்கள் மெதுவாகத்தான் செல்லும். இதனால் சாதாரணப் படகுகளில் வரும் கொள்ளையர்களால் இக்கப்பல்களில் எளிதில் தாவியேற முடிகிறது.

இப்படித் தாவி ஏறும் கொள்ளையர்களுக்கு மற்ற கொள்ளை யர்கள் வைத்துள்ள பெயர் 'குதிக்கும் அணில்கள்.' ஒரு கப்பலின் மேற்தளத்தில் குதித்த பின்னர் கொள்ளையர்கள் கப்பலின் கட்டுப்பாட்டு அறையைத் தாக்கிப் பிடிப்பார்கள். பின்னர் கப்பலின் இரும்புப்பெட்டியையும் மாலுமிகளின் உடைமைகளையும் கொள்ளையடித்து விட்டு, கப்பலைப் போக விடுவார்கள். இது சாதாரணக் கொள்ளைதான் என்றா லும் இதற்கெனத் தனியே பயிற்சி கொடுக்க பள்ளிகள் நடத்தப் படுகின்றன.

சில்லறைக் கொள்ளையே இப்படி. அடுத்தகட்டமான கப்பல் கடத்தல் இன்னும் கொஞ்சம் சிக்கலானது. கப்பல் திருட்டு கார் திருட்டைப் போன்று எளிதானதல்ல. கப்பலைத் திருடுவதற்குத் திட்டமிடும் திறமையும், திருடிய கப்பலை விற்பதற்குக் கள்ளச் சந்தையில் செல்வாக்கும் வேண்டும்.

கப்பல் காணாமல் போனால் உரிமையாளர்கள் தேட மாட்டார்களா என நீங்கள் கேட்பது புரிகிறது. இங்குதான் சர்வதேசக் கப்பல் விதிகள் கொள்ளையர்களுக்குச் சாதகமாக இருக்கின்றன. நம்மூரில் கார்களை மோட்டார் வாகனத் துறையில் பதிவு செய்வதைப் போல சர்வதேசக் கப்பல்களை ஒவ்வொரு நாட்டின் கப்பல் துறையின் பதிவேட்டிலும் (shipping registry) பதிவு செய்யவேண்டும்.

இந்த விதி சரக்குக் கப்பல்கள், பயணிகள் கப்பல்கள், சிறு படகுகள் என எல்லா வகை கப்பல்களுக்கும் பொருந்தும். வளர்ந்த நாடுகளில் கப்பல்களை முறைப்படிப் பதிவு செய்ய ஏகப்பட்ட விதிமுறைகள் உள்ளன. கப்பலின் கட்டுமானம், மாலுமிகளுக்கான வசதிகள், பாதுகாப்பு விதிமுறைகள், எந்தச் சரக்குகளைக் கப்பலில் ஏற்றலாம், எவ்வளவு ஏற்றலாம் என்ற கட்டுப்பாடுகள் உள்ளன.

இவை அனைத்தையும் பின்பற்றினால் நிறைய செலவு ஆகும். இதைத் தவிர்க்க விரும்பும் கப்பல் நிறுவனங்கள் தங்கள் கப்பல்களைத் தளர்ந்த விதிமுறைகளை உடைய குட்டி நாடுகளில் பதிவு செய்கின்றன.

லைபீரியா, பனாமா, மால்டா, சைப்ரெஸ், பஹாமாஸ், மார்ஷல் தீவுகள் போன்ற இந்த குட்டி நாடுகளில் கப்பலைப் பதிவு செய்வது எளிது. கெடுபிடிகளும் குறைவு. எனவே கப்பல் நிறுவனங்களின் உரிமையாளர்கள் அங்கே தங்கள் கப்பல்களைப் பதிவு செய்து அந்த நாடுகளின் கொடியைத் தங்கள் கப்பல்களில் பறக்கவிடுகின்றனர்.

விதிமுறைகளை மீறவும் காயலான் கடைக்குப் போகும் நிலையிலுள்ள பழைய கப்பல்களை இயக்கவும் இந்த முறை கப்பல் நிறுவனங்களுக்குக் கைகொடுக்கிறது. எடுத்துக் காட்டாக இந்திய நிறுவனத்தின் கப்பல் ஒன்று இந்தியாவின் பாதுகாப்புச் சட்டங்களுக்கு உட்பட விரும்பாவிட்டால் மால்டாவில் பதிவு செய்து கொண்டு மால்டா கப்பலாகி விடும். சர்வதேச கடல் வணிக ஒப்பந்தங்களில் கையெழுத்திட்டுள்ளதால் இந்தியா இதை மால்டா நாட்டுக் கப்பலாக ஏற்றுக் கொள்ளும். இந்த நாடு மாறாட்ட வித்தை கொள்ளையர்களுக்கு சாதகமாகிப் போகிறது.

கடத்திய கப்பல்களை பெயிண்ட் அடித்து, வேறு பெயர் சூட்டி, இன்னொரு குட்டி நாட்டில் பதிவு செய்து எளிதில் விற்றுவிட

கொள்ளையர்களால் முடிகிறது. மால்டாவில் பதிவு செய்த இந்தியக் கப்பல் காணாமல் போனால், கப்பல் உரிமையாளர் மால்டா அரசிடம்தான் முறையிட முடியும், இந்திய அரசிடம் உதவி கேட்க முடியாது.

மால்டா போன்ற சிறுநாடுகளால் என்ன உதவி செய்துவிட முடியும்? அவற்றிடம் கொள்ளையர்களை விரட்டிப் பிடிக்க கப்பல்படையா இருக்கிறது ? போன கப்பல் போனதுதான். பல சமயங்களில் கப்பல் காணாமல் போனதை முறையிட்டால் சட்டத்துக்குப் புறம்பாகத் தாங்கள் செய்யும் காரியங்கள் வெளிச் சத்துக்கு வந்து விடுமென்ற அச்சத்தால் கப்பல் நிறுவனங்களே இந்தச் சம்பவங்களை மூடி மறைத்து விடுகின்றன.

இதனால் கப்பல் கடத்தல், கொள்ளையர்களுக்கு எளிதான தொழிலாக ஆகிவிடுகிறது. பன்னாட்டு நிறுவனங்களைப் போல் இவர்களுக்குப் பல நாடுகளில் ஆள்கள் இருக்கிறார்கள்.

எந்தக் கப்பல், எப்போது வரும் என்பதை அறிந்து, பொறுமை யாகத் திட்டமிட்டு, அவற்றைத் தாக்கிப் பிடித்துக் கொள்வார் கள். கப்பல் மாலுமிகளைக் கொன்று கடலில் வீசிவிட்டு, கப்பலை மட்டும் கொண்டு போய்விடும் இந்தக் கும்பல். பிடிபட்ட கப்பலை புதிதாக பெயிண்ட் அடித்து, வேறு பெயர் வைத்து, தேவைப்படும் உரிமங்களைத் தயார் செய்து, கள்ளச் சந்தையில் விற்றுவிடுவார்கள்.

புதுப்பெயரிட்டு விற்கமுடியாத அளவுக்குப் பிரபலமான கப்ப லென்றால், பார்ட் பார்ட்டாகக் கழற்றி விற்பதும் நடைபெறும். வழிப்பறி, கப்பல் கடத்தல் தவிர்த்து ஆள் கடத்தலில் ஈடுபடும் கொள்ளையர்களும் உண்டு. சொல்லப் போனால் இவர்களைக் கடல் கொள்ளையர்கள் என்று சொல்ல முடியாது. தென்கிழக் காசிய நாடுகளில் அடிக்கடி நடைபெறும் ஆட்சி மாற்றத்தால் உருவாகியுள்ள போராளிக் குழுக்களும், ஆயுதமேந்திய கும்பல்களுமே தங்கள் இயக்கங்களுக்கு பணம் சேர்க்க இந்த ஆள்கடத்தல் வேலைகளில் ஈடுபடுகின்றன.

1990 களிலிருந்து 2005 ஆம் ஆண்டுவரை மலாக்கா பகுதியில் கடற்கொள்ளைத் தொழில் கொடிகட்டிப் பறந்தது. சர்வதேச கடல்வணிகக் காப்பீடு நிறுவனங்கள் இப்பகுதியை யுத்தப் பிரதேசமென அறிவிக்கும் அளவுக்கு நிலைமை மோசமானது.

நிலைமை கட்டுக்கடங்காமல் போவதை உணர்ந்துகொண்ட தென்கிழக்காசிய நாடுகள் ஒன்றிணைந்து செயல்படத் தொடங்கின. அதுவரை பரஸ்பர நம்பிக்கையின்மை காரணமாகத் தனித்தனியே செயல்பட்டு வந்த சிங்கப்பூர், இந்தோனேசியா, மலேசியா ஆகிய நாடுகளின் படைகள் தங்கள் நாடுகளின் பொருளாதாரத்துக்குக் கடல் கொள்ளையர்களால் ஏற்படும் பாதிப்பைப் புரிந்துகொண்டு ஒன்றிணைந்து செயல்படத் தொடங்கின.

தத்தமது கடற்பகுதிகளிலும், சர்வதேசக் கடற்பகுதிகளிலும் கூட்டாக ரோந்து செல்ல ஆரம்பித்தன. பிடிபட்ட கொள்ளையர்களை தண்டிக்கக் கடுமையான சட்டங்களை இயற்றி நடைமுறைப்படுத்தின.

இந்தக் கூட்டு முயற்சி விரைவில் பலனளித்து மலாக்கா ஜலசந்தியில் கொள்ளைச் சம்பவங்கள் குறையத் தொடங்கின. 2009ஆம் ஆண்டு இப்பகுதியில் ஒரே ஒரு கடல் கொள்ளைதான் நடைபெற்றது. இப்போது மலாக்கா ஜலசந்தி கொள்ளையர் இல்லாத கடல்வழிப் பாதையாக மாறியுள்ளது.

12
திருடனும் போலீஸும்

இரண்டாயிரம் ஆண்டுகளாக உலகில் கடல் கொள்ளையர்கள் தங்கள் தொழிலைச் செய்து வந்துள்ளனர். அவர்களை ஒடுக்க, பல்வேறு கால கட்டங்களில் பல நாடுகள் தங்கள் கப்பல் படைகளை ஏவி விட்டுள்ளன. கொள்ளையர்களுக்கும் கடற்படைகளுக்கும் நடந்த பலப்பரீட்சைகளில் இருவரும் மாறி மாறி வெற்றியடைந்து வந்துள்ளனர்.

கொள்ளையர்கள் உருவாகச் சாதகமான சூழல் என்ன, ஆண்டாண்டு காலமாகக் கொள்ளைத் தொழில் என்னென்ன மாற்றங்களைக் கொண்டுள்ளது, கொள்ளையர் தொழில்முறைகள், அவர்களை ஒடுக்க கடல் படையினர் கையாளும் உத்திகள் ஆகியவை பற்றி இந்த அத்தியாயத்தில் பார்ப்போம்.

ஒரு பகுதியில், கொள்ளையர்கள் வெற்றிகரமாகத் தொழில் நடத்த சில அடிப்படைக் காரணிகள் உள்ளன. முதலில் அந்தப் பகுதியில் கொள்ளைத் தொழில் லாபகரமாக அமையும் அளவுக்குச் செழிப்பான வர்த்தகச்

சூழல் இருக்கவேண்டும். கைச்செலவைக் காட்டிலும், அதிக லாபம் கிடைத்தால்தான் எந்தத் தொழிலும் - கொள்ளை உள்பட - வளர முடியும்.

பத்து ரூபாய் செலவு செய்து கொள்ளையடித்து, எட்டு ரூபாய் தான் தேறியதென்றால் கொள்ளைத் தொழில் வளராது. கொள்ளையர்கள் வேறு தொழிலுக்குப் போய் விடுவார்கள். எனவே, கடல் கொள்ளைத் தொழிலுக்கு முதல் தேவை கொழுத்த இலக்குகள்.

எங்கெங்கு கடல் வணிகம் செழிப்பாக நடக்கின்றதோ அங்கெல் லாம் கொள்ளையடிக்க வாய்ப்புகளும் பிரகாசமாக இருக்கும். மத்திய தரைக்கடல் பகுதியே இதற்கு நல்ல எடுத்துக்காட்டு. அப்பகுதியில் கடல் வழி வணிகம் தொடங்கிய நாள் முதலே கடல் வழிக் கொள்ளையும் தொடங்கி விட்டது.

கொள்ளையர்கள் வளர, செழிப்பான கடல் வணிகம் மட்டும் போதாது. கொள்ளையடித்த பொருளை எளிதாக விற்க கள்ளச் சந்தைகள், கொள்ளையர்களை ஒழிக்கும் அளவுக்கு பலமில் லாத கடற்படை, துரத்தும் அதிகாரிகளிடமிருந்து ஒளிந்து கொள்வதற்கேற்ற மறைவான துறைமுகத் தளங்கள் இவை எல்லாம் தேவை.

கொள்ளை ஒரு பருவத் தொழிலாகையால், தொழில் மந்தமான காலத்தில் வேறு வேலை செய்வதற்கும் கொள்ளையர்களுக்கு வாய்ப்பு இருக்க வேண்டும். இப்படிப் பல விஷயங்கள் பொருந்தி அமைந்தால்தான் ஓரிடத்தில் கொள்ளையர்கள் வளர முடியும்.

இவற்றையெல்லாம்விட கொள்ளையர்களுக்கு முக்கியத் தேவை ஒற்றர்கள். எந்தக் கப்பலில், எந்தச் சரக்கு, எங்கே, எப்போது போகிறது போன்ற செய்திகள் கொள்ளைத் தொழி லுக்கு அத்தியாவசியம். திறமையுள்ள கொள்ளைக் கூட்டங்கள் எல்லாம் துறைமுகங்களில் ஒற்றர்களை வைத்திருப்பார்கள். வர்த்தகர்களிடையே போட்டி நிலவுகிறதென்றால் ஒற்றர்கள் வேலை எளிதாகிவிடும்.

போட்டி போடும் வர்த்தகக் குழுக்களே தங்கள் போட்டியாளர் களின் கப்பல்களைப் பற்றிய விவரங்களைக் கொள்ளையரின்

ஒற்றர்களிடம் கொடுத்து விடுவதும் அடிக்கடி நடந்துள்ளது. இது தவிர கடற்படைக் கப்பல்களின் ரோந்து பற்றியும் கொள்ளையர்களுக்கு செய்தி வேண்டும். சரியான ஒற்றர்களில் லாமல் வர்த்தகக் கப்பலென நினைத்து, போர்க் கப்பல்களிடம் கொள்ளையர்கள் மாட்டிய சம்பவங்கள் நிறைய நிகழ்ந் துள்ளன.

நல்ல உளவுத்துறையைப் போலவே நல்ல துறைமுகம் அமை வதும் கொள்ளையர்களுக்கு முக்கியம். கப்பல்கள் பழுதுபட் டால் கண்ட துறைமுகத்திலெல்லாம் சென்று சரி செய்து கொள்ள கொள்ளையர்கள் என்ன நேர்மையான வர்த்தகர் களா? கப்பல்களைப் பழுது பார்க்கவும், தளவாடங்களை ஏற்றிக்கொள்ளவும் அவர்களுக்கு மறைவான துறைமுகங்கள் தேவைப்படுகின்றன.

எனவேதான் கொள்ளையர்கள் தீவுக் கூட்டங்களையும், ஒரே சீராக இல்லாத கடற்பகுதிகளையுமே தங்கள் தளங்களை அமைக்கப் பயன்படுத்தினார்கள். இவ்வகைத் தளங்கள் பெரும் பாலும் தற்காலிகமானவை. அதிகாரிகளால் தேடப்படும் கொள்ளையர்களுக்கு அடிக்கடி தங்கள் தளங்களை மாற்றிக் கொள்ளும் தேவை இருந்தது. தகவலும், தளமும் அமைந்த பின்னர் கொள்ளையர்களுக்கு ஆட்கள் தேவைப்படுகின்றனர்.

கப்பலைச் செலுத்த மாலுமிகள், பழுது பார்க்கும் தச்சர்கள், போர் முறையில் பயிற்சி பெற்றவர்கள் என பலவகைப்பட்டவர்கள் ஒரு கொள்ளைக் கூட்டத்துக்குத் தேவை. அமைதி காலத்தில் தொழில் தெரிந்தவர்கள் அனைவரும் ஏதேனும் சட்டத்துக்குட் பட்ட தொழில்களையே செய்ய விரும்புவார்கள். ஆனால், போர்க் காலங்களிலும், சட்ட ஒழுங்கு நிலை குலைந்த காலங் களிலும், நேர்மையான தொழில் செய்ய வாய்ப்புகள் குறை கின்றன.

இத்தகைய சமயங்களில்தான் கொள்ளையர் கூட்டத்துக்கு ஆள்கள் சேர்ப்பது எளிதாகிறது. போர்க் காலத்தில்தான் கூலிப் படைகளை வேலைக்கு அமர்த்துவதும் கொள்ளையர்களுக்கு எளிதாகிறது. நிலையான அரசு இல்லாமையும் கொள்ளையர் களுக்கு சாதகமாக அமையும். வலுவான அரசும் பலமான கடற்படையும் இருந்தால்தான் கொள்ளையர்களின் தளங்களுக்கு ஆபத்து.

மேற்குறிப்பிட்ட சூழல்கள் அனைத்தும் பொருந்தி வந்தால், பலம் வாய்ந்த கொள்ளைக் கூட்டங்கள் உருவாகிவிடுகின்றன. அப்படி உருவான கொள்ளைக் கூட்டங்கள் எப்படி தங்கள் தொழிலை நடத்துகின்றன என்பதை இனி பார்ப்போம்.

கடல் கொள்ளையர்கள் என்றால் பெயருக்கு ஏற்ப கடலில் மட்டும் கொள்ளையடிப்பவர்கள் கிடையாது. கடல் வழியாக வந்து நிலத்தில் கொள்ளையடிப்பது, ஆள்களைக் கடத்தி பணயத் தொகை வசூலிப்பது, போர்க் காலத்தில் கூலிப்படைகளாகச் செயல்படுவது, அடிமை வியாபாரம், வர்த்தகர்களுக்கு இடையேயான வியாபாரப் போட்டியில் கூலிக்குக் கொள்ளையடிப்பது போன்ற வேலைகளையும் கடல் கொள்ளையர்கள் செய்து வந்திருக்கின்றனர்.

கடல் கொள்ளையிலும் பல வகைகள் உள்ளன. நாம் ஏற்கெனவே பார்த்ததை நினைவுபடுத்திக்கொள்வோம். வெறுமனே கப்பலைத் தாக்கி அதிலுள்ள பொருள்களைப் பிடுங்கிக் கொள்வதிலிருந்து, கப்பலையே பிடுங்கிக் கொள்வது, மாலுமிகளைக் கடத்தி அவர்களையும் கொள்ளைத் தொழிலில் ஈடுபடுத்துவது, பயணிகளைக் கடத்தில் பணயத் தொகை கேட்டு மிரட்டுவது என கொள்ளையருக்குப் பணம் சம்பாதிக்கப் பல வழிகள் உள்ளன.

சில பலே கொள்ளையர்கள் 'உங்கள் கப்பல்களைத் தாக்கப் போகிறோம், கூடாதென்றால் வேண்டியதைத் தாருங்கள்!' என்று வர்த்தகர்களிடம் தண்டல் வசூலித்ததும் உண்டு. கப்பல் காப்பீட்டில் ஊழல் செய்யவும் கொள்ளையர்கள் துணை போயிருக்கிறார்கள்.

இந்த ஊழலைச் செய்யும் வர்த்தகர் தன் கப்பலில் ஒன்றுக்கும் ஆகாத போலி சரக்கை ஏற்றிக் கொண்டு ஆனால் அதில் விலை யுயர்ந்த சரக்கு இருப்பது போல் காப்பீடு செய்து கொள்வார். அதற்கான காப்பீட்டுத் தொகையையும் கட்டிவிடுவார். அவருக்குக் கொள்ளையர்களுடன் தொடர்பு இருக்கும். 'எனது கப்பல் இன்ன தேதிக்கு, இன்ன இடத்துக்கு வரும்' என்று அவர்களுக்கு துப்புக் கொடுத்து விடுவார்.

அவர்களும் சொல்லி வைத்தது போல அந்தக் கப்பலை வழி மறித்து, போலிச் சரக்கைக் கொள்ளை அடித்து விடுவார்கள்.

வர்த்தகரும் காப்பீட்டு நிறுவனத்தைக் கூப்பிட்டு, ‘கொள்ளைக் காரன் கொள்ளையடிச்சிட்டான், கொடுக்கவேண்டியதைக் கொடு!’ என்று காப்பீட்டுத் தொகையை வசூலித்துக் கொள்வார். கொள்ளையருக்கும் லாபம், வியாபாரிக்கும் லாபம்.

பல துறைகளிலும் நடந்து வரும் காப்பீட்டு மோசடிகளைப் போல் தான் இதுவும். இது போல காலங்காலமாக வர்த்தகர் களுக்கும் கொள்ளையர்களுக்கும் இடையே உறவு இருந்து வந்துள்ளது.

வியாபாரப் போட்டியில் போட்டி வர்த்தகர்களுக்கெதிராகக் கொள்ளையர்களை ஆயுதமாகப் பயன்படுத்துவது சர்வ சாதாரணம். இப்படி வர்த்தகர்களுக்குள் நிலவும் போட்டியே பல இடங்களில் கொள்ளையர்கள் செழித்தோங்கக் காரணமாக அமைந்துள்ளது.

கடல் கொள்ளையர்கள் எல்லாக் கப்பல்களையும் கொள்ளை யடிக்க விரும்புவதில்லை. கள்ளச் சந்தைகளில் எளிதில் விற்கக் கூடிய சரக்குகளையே விரும்பிக் கொள்ளையடித்து வந்துள்ள னர். தங்கம், வைரம், நகை, இவற்றை எளிதில் விற்றுக் காசாக்கி விடலாம்.

முற்காலங்களில் தங்கம், வெள்ளி காசுகள் புழக்கத்தில் இருந்த போது இது ரொம்ப எளிதாக இருந்தது. ஆனால், எடை அதிக மான, கள்ளச் சந்தையில் விற்கச் சிக்கலான சரக்குகளை அவர்கள் விரும்புவதில்லை. உதாரணத்துக்கு உணவு தானியங்களை அவர்களால் அவ்வளவு சீக்கிரம் கள்ளச் சந்தையில் விற்றுக் காசாக்க முடியாது. எனவே, அவர்கள் அதைக் கொள்ளையடிக்க மாட்டார்கள்.

பருவம் சார்ந்த வர்த்தகம் நடைபெறும் இடங்களில் எல்லாம் கொள்ளையும் ஒரு பருவத் தொழிலாகவே இருந்துள்ளது. எனவே, தொழில் மந்தமான காலத்தில் பகுதி நேர வேலையாக வேறு தொழில்களையும் கடல் கொள்ளையர்கள் செய்து வந்துள்ளார்கள். கூலிப்படையாட்களாகவும், வாடகைப் போர்க் கப்பல்களிலும் பணியாற்றிய கொள்ளையர்கள் ஏராளம்.

பல தேசங்களில் கொள்ளையர்கள் அடிமை வியாபாரத்திலும் ஈடுபட்டு வந்துள்ளனர். வைக்கிங்குகள், பார்பரிக் கொள்ளையர்,

அரபுக் கொள்ளையர்கள் போன்ற கொள்ளையர் கூட்டங்களுக்கு அடிமை வியாபாரமே முக்கிய தொழிலாக இருந்து வந்துள்ளது. மேலை நாடுகளில் அடிமைத் தொழில் தடைசெய்யப்பட்ட பின்னரும், மத்திய கிழக்கு நாடுகளில் கொள்ளையரின் துணையோடு அடிமைத் தொழில் பல காலம் நடைபெற்று வந்தது.

கொள்ளையடிப்பதைக் காட்டிலும் ஆள்கடத்தல் லேசான காரியம் என்பதால் சமீப காலங்களில் சோமாலியக் கொள்ளையர் களும், கிழக்காசியக் கொள்ளையர்களும் கூட ஆள்களைக் கடத்தி பணயத்தொகை வசூலிப்பதை முக்கியத் தொழிலாகச் செய்து வருகின்றனர்.

இதுவரை கொள்ளையர்களின் உத்திகளையும் தொழில்முறை களையும் பார்த்தோம், இனி அவர்களை ஒடுக்க சமூகம் கையாண்ட எதிர் உத்திகளைப் பற்றிப் பார்ப்போம்.

கடல் கொள்ளையர்களை ஒழிக்க உலகம் கையிலெடுக்கும் ஆயுதம் அவர்களை சமூகத்திலிருந்து ஒதுக்கி வைத்தல். வரலாற்றில், எப்பொழுதும் கடற்கொள்ளை ஒரு பெரும் குற்ற மாகவே கருதப்பட்டு வந்துள்ளது. கடுமையான குற்றங்களைக் கடுமையான தண்டனைகளின் மூலமே தடுக்க முடியும் என்பது காலம் காலமாக உலக மக்களின் நம்பிக்கை. எனவே உலகின் பல பகுதிகளிலும் பிடிபட்ட கொள்ளையர்களுக்கு மரண தண்டனையே அளிக்கப்பட்டது.

ரோமப் பேரரசில் பிடிபட்ட கொள்ளையர்கள் உயிருடன் சிலுவையில் அறையப்பட்டு பொதுமக்களுக்குக் காட்சிப் பொருளாக வைக்கப்பட்டனர். பிற்கால ஐரோப்பாவில் நாற்சந்தி களில் தூக்கிலிடப்பட்டனர். அப்படி தூக்கிலிடப்பட்ட கொள்ளையர்களின் உடல்கள் துறைமுக வாயில்களில் சபலப் படும் மற்ற மாலுமிகளுக்கு எச்சரிக்கையாக இருக்கும் வண்ணம் தொங்கவிடப்பட்டன. சில சமயங்களில் கொள்ளையரின் துண்டிக்கப்பட்ட தலைகளும் இவ்வாறு துறைமுகங்களில் தொங்கவிடப்பட்டதுண்டு.

ஆளும் வர்க்கத்துக்கும், வியாபாரிகளுக்கும் ‘கடற்கொள்ளை’ என்பது ஒரு கெட்ட வார்த்தையாகவே இருந்துள்ளது. அவர்கள்

தங்கள் தேவைக்கேற்ப கொள்ளையர்களைப் பயன்படுத்திக் கொண்டாலும், கடல் கொள்ளையர்களை நாடுகடத்தப்பட்டவர்களாகவே ஒதுக்கித் தள்ளினர்.

பொது மக்களுக்குக் கொள்ளையர்களின் மீது ஒருவித மோகம் இருந்தாலும், கடற்கொள்ளை என்பது ஏற்றுக்கொள்ள முடியாத இழிச்சொல்லாக இருந்தது. 'கடற் கொள்ளையன்' என்ற பழிச் சொல் ஒன்றே ஒரு மாலுமியின் வாழ்க்கையை காலாகாலத் துக்கும் நாசமாக்கிவிடும்.

கொள்ளையர்களைக் கொடூரர்களாகவும், ரத்தவெறி பிடித்த மிருகங்களாகவும் சித்தரிக்க ஆளும்வர்க்கம் மிகவும் சிரத்தையுடன் செயல்பட்டது. ஆனால், கடுமையான தண்டனைகளும், சமூக ஏற்பின்மையும் கொள்ளையர்கள் உருவாவதைத் தடுக்க முடியவில்லை. உருவானபின் விரட்டிப்பிடிப்பதுதான் வாடிக்கையாகிப்போனது.

கடற்கொள்ளையை ஒழிக்க முதலில் ஒரு வலுவான கடற்படை வேண்டும். கடற்படை மாலுமிகளுக்கு தேசப்பற்று இருக்க வேண்டும். அவர்களுக்குப் போதிய அளவு சம்பளமும் தரப்பட வேண்டும். அவர்களை நன்றாகவும் நடத்தவேண்டும் போர்க் கப்பல் வாழ்க்கையின் கொடுமைகளைத் தாங்க முடியாமல் கொள்ளையர்களாக மாறிய மாலுமிகள் வரலாற்றில் நிறையபேர் இருக்கிறார்கள்.

கொள்ளையர்களை ஒழிக்க கடற்படை மட்டும் போதாது, பலம் மிக்க தரைப்படையும் வேண்டும். கொள்ளை நடந்தபின் கொள்ளையர்களை விரட்டுவதைவிட, கொள்ளை நிகழாமல் தடுப்பது எளிது. இதற்காக கடற்படைக் கப்பல்கள் கடல்வழிப் பாதைகளில் எப்போதும் ரோந்து போக வேண்டும். கடலில் மட்டும் ரோந்து போனால் போதாது. கொள்ளையர்கள் ஆதிக்கம் உள்ள நிலப்பிரதேசங்களையும் தரைப்படையைக் கொண்டு ரோந்து செய்யவேண்டும்.

ஒவ்வொரு கொள்ளையர்கள் கப்பலாகத் தேடி, கடலில் அழிப்பதைக் காட்டிலும் கொள்ளையர்களின் தளங்களை நிலத்தில் அழிப்பதுதான் அதிகப் பயன்தரும் யுத்தி. இதைத்தான் 1841-ல் பிரிட்டனின் வெளியுறவுத் துறைச்செயலர்

பால்மர்ஸ்டன் பிரபு, 'குளவிகளை ஒவ்வொன்றாக வேட்டை யாடுவது பைத்தியக்காரத்தனம், அவைகளை ஒழிக்கவேண்டு மெனில் குளவிக்கூட்டைக் கண்டுபிடித்து அழிக்க வேண்டும்' என்று சொன்னார்.

பதினெட்டாம் நூற்றாண்டில் கரீபியன் கடல் பகுதியில் அட்டகாசம் செய்துவந்த கொள்ளையர்களை அவர்களது முக்கிய தளமான நசாவுத் துறைமுகத்தைக் கைப்பற்றிய பின்தான் அழிக்க முடிந்தது.

பார்பரிக் கொள்ளையர்களை ஒழிக்கவும் ஐரோப்பிய தேசங்கள் இந்த யுத்தியைத்தான் பயன்படுத்தின. பார்பரிக் தலைநகர்கள் ஐரோப்பியரின் கட்டுப்பாட்டில் வந்தபின்னர்தான் மத்தியத் தரைக் கடல்பகுதியில் கடல் கொள்ளை ஓய்ந்தது.

சமீப காலங்களில் சோமாலியாவில் தொல்லை தரும் கொள்ளை யர்களை சர்வதேசப் படைகளால் முற்றிலும் ஒடுக்க முடியா தற்கும் இதுதான் காரணம். உள்நாட்டுப் போர் நடந்துவரும் சோமாலியாவுக்குத் தரைப்படைகளை அனுப்ப மற்றநாடுகள் தயங்குகின்றன.

கொள்ளையர்கள் தளங்களை அழிக்கப் போகும் படைகள் உள்நாட்டுப் போரில் பங்கேற்க நேர்ந்துவிடலாம் என்ற அச்சத் தால் எல்லா நாடுகளும் சோமாலியாவுக்குத் தரைப் படைகளை அனுப்புவதில்லை.

இதனை நன்கறிந்த கொள்ளையர்கள் தைரியமாக சோமாலியக் கடற்கரையெங்கும் தளங்களை அமைத்து ஜோராகத் தங்கள் தொழில்களைச் செய்து வருகின்றனர். போர்க்கப்பல்களால், மிஞ்சிப் போனால் கொள்ளையர்கள் கப்பல்களில் ஐம்பது அறுபது சதவிகிதத்தை அழிக்க முடியும். கொள்ளையர்களுக்கு இது ஒன்றும் பெரிய இழப்பில்லை. ஏனென்றால், அவர்க ளுடைய தளங்கள் பாதுகாப்புடன் இருக்கும்வரை தைரியமாக அவர்களால் செயல்பட முடியும்.

கடலில் அழிக்கப்படும் ஒவ்வொரு கொள்ளையனின் இடத்தை நிரப்பவும் பல கொள்ளையர்கள் எப்போதும் தயாராகவே இருப்பார்கள். எனவே, கடல் கொள்ளையர் தளங்களை அழித்து

அவர்கள் தலைவர்களை கொன்றாலொழிய கொள்ளையை ஒழிக்க முடியாது.

கொள்ளையர்களை ஒழிக்க முடியாவிட்டாலும் கொள்ளையைக் குறைக்கவும் தடுக்கவும் பலவழிகள் உள்ளன. பல நூற்றாண்டு களாக வர்த்தகக் கப்பல்கள் பயன்படுத்தி வரும் கான்வாய் (convoy) கப்பல் குழும முறை அவற்றுள் முக்கியமானது. தனியே போகும் கப்பல்கள்தான் கொள்ளையர்களுக்கு எளிதான இலக்காகின்றன.

எண்ணிக்கையில் என்றுமே பலம் இருப்பதால் வர்த்தகக் குழுமங்கள் ஒன்றிணைந்து செயல்படத் தொடங்கின. பல கப்பல்கள் இணைந்து கடற்பயணங்களை மேற்கொண்டால் அவற்றைப் பாதுகாப்பது கடற்படைக்கு எளிதாகிறது. கப்பல் குழுமங்களைத் தாக்க கொள்ளையர்கள் விரும்புவதில்லை. கப்பல் கூட்டங்களுடன் மோதி அடிவாங்குவதைவிடத் தனியாக மாட்டிக்கொள்ளும் கப்பல்களைத் தாக்குவதையே அவர்கள் விரும்புகின்றனர்.

ஆனால் இக்குழும முறையை அனைத்துச் சமயங்களிலும் அனைத்துக் கப்பல்களாலும் பயன்படுத்த முடிவதில்லை. தொழில் போட்டி, வியாபார நிர்ப்பந்தங்கள் போன்ற காரணங்களால் எப்படியும் கப்பல்கள் தனியே செல்ல வேண்டிய நிலை ஏற்பட்டு கொள்ளையருக்கு தொழில் செய்ய வாய்ப்புகள் உருவாகின.

தனியாக வரும் கப்பல்களை கொள்ளையர்கள் குறிவைப்பதைக் கூட, கடற்படைகள் கொள்ளையருக்கு எதிராகப் பயன்படுத்தி யுள்ளன. பிரிட்டிஷ் பேரரசு, 'க்யூ கப்பல்கள்' (Q & Ships) என்றொரு வகை போர்க்கப்பலை உருவாக்கியது. தொலை விலிருந்து பார்ப்பதற்கு சரக்குக் கப்பலைப் போல் காட்சியளித்த இக்கப்பல்கள் உண்மையில் ஆயுதமேந்திய போர்க் கப்பல்கள். இந்தக் கப்பல்கள் வர்த்தகக் கப்பல்போல் கொள்ளையர் ஆதிக்கமுள்ள கடற்பகுதிக்கு அனுப்பப்படும்.

அதன் மாலுமிகளும் கடற்படையின் சீருடைகளை அணியாமல் சாதாரண மாலுமிகளைப் போலவே உடை அணிந்திருப்பார்கள். இந்த உண்மையை அறியாமல், தனியே சிக்கிக் கொண்டது இரை என நினைத்துத் தாக்கும் கொள்ளையர்களுக்கு அதிர்ச்சி காத்திருக்கும்.

கொள்ளையர் நெருங்கும் வரை பீதியடைந்த வர்த்தகக் கப்பலைப்போல நடித்துவிட்டு, அவர்கள் பீரங்கி குண்டுபாயும் தூரத்தில் வந்தவுடன் க்யூ கப்பல் தன் உண்மையான முகத்தைக் காட்டும். எளிதான இரை என எண்ணி ஏமாந்த பல கொள்ளையர் கப்பல்கள் இப்படி ஏமாந்து க்யூ கப்பல்களால் மூழ்கடிக்கப் பட்டுள்ளன.

இந்த உத்தி, கொள்ளையர்களை அழிப்பதைவிட அவர்களை பயமுறுத்த மிகவும் பயனுள்ளதாக இருந்தது. தனியே வரும் வர்த்தகக் கப்பல்களைத் தாக்க நெருங்குவதற்கு முன்னர், கொள்ளையர்களை ஒன்றுக்குப் பலமுறை யோசிக்க வைத்தது. சாதாரண வர்த்தகக் கப்பல்களைக்கூட க்யூ கப்பல்களாக இருக்குமோ என்ற பயத்தில் கொள்ளையர்கள் நெருங்காமல் விட்டுவிடுவார்கள்.

இப்படிக் கொள்ளையர்களுக்கும் அவர்களை எதிர்ப்போருக்கும் இடையே நடக்கும் எலி - பூனை சண்டை பல நூற்றாண்டுகளாகத் தொடர்ந்து நடந்து வருகிறது.

நவீன யுகத்தில் கொள்ளையர்கள் பெருமளவு ஒழிந்து விட்டா லும், சோமாலியா, மலாக்கா ஜலசந்தி போன்ற இடங்களில் அவ்வப்போது கடல் கொள்ளை தொடர்ந்து நடைபெற்றுக் கொண்டே வருகிறது. இந்தக் காலத்திலும் கொள்ளை தொடர்ந்து நடைபெறுவதற்கு கடல் கொள்ளைக்கு எதிராக சரியான சர்வதேசச் சட்டம் இல்லாததும் ஒரு காரணம் என்று சொல்லலாம்.

தற்போது, கடல் கொள்ளைக்கு எதிராக இருக்கும் ஒரே சர்வதேசச் சட்டம் ஐக்கிய நாடுகளின் கடல் சட்டமரபு ஒப்பந்த மாகும் (United Nations Convention on the law of the sea). 1982-ல் உருவாக்கப்பட்டு 1994-ல் அமலுக்கு வந்த இந்த ஒப்பந்தத்தில் இதுவரை 158 நாடுகள் கையெழுத்திட்டுள்ளன. ஆனால் இதுவொரு பொதுவான ஒப்பந்தமேயொழிய கடற்கொள்ளைக் கான சர்வதேசச் சட்டமல்ல.

இந்த ஒப்பந்தத்தில் பல ஓட்டைகள் இருப்பதால், கொள்ளையர் களை சர்வதேசக் குற்றவாளிகளாகக் கருதி தண்டிப்பதில் பல சிக்கல்கள் உள்ளன. சட்டம் போட்டுத் தடுப்பவர்கள் என்ன செய்தாலும், திட்டம் போட்டுத் திருடுபவர்கள் இருக்கத்தானே செய்வார்கள்.

திருடனாகப் பார்த்துத் திருந்துவதுதான் எந்தச் சட்டமீறல் பிரச்னைக்கும் நிரந்தரமான தீர்வாக முடியும். கடற்கொள்ளையும் அதற்கு விதிவிலக்கல்ல. கொள்ளையர்களும் மனிதர்கள் தான். திருந்தி வாழ வாய்ப்பும், நிலையான சமூகமும் அமைந்து விட்டாலே உலகில் எஞ்சியுள்ள கடல் கொள்ளையர்கள் வேறு தொழில் செய்யப் போய்விடுவார்கள். கடற்கொள்ளைக்கும் ஒரு முற்றுப் புள்ளி விழும்.

13
ஹீரோக்களான வில்லன்கள்

'கடல் கொள்ளையர்' என்றவுடன் பலருக்கு உடனே நினைவுக்கு வருவது என்ன? தோளில் கிளி, ஒரு கண்ணை மறைக்கும் கண்பட்டை, ஒரு மரக் கட்டைக் காலுடன் கூடிய உருவம் தானே. இன்னும் கொஞ்சம் யோசித்தால், மண்டையோடும் எலும்புகளும் கொண்ட கருப்பு கொள்ளையர் கொடியும், பாய்மரக் கப்பல்களும், புதையல் பெட்டிகளும் நினைவுக்கு வரலாம். சற்றே வயதானவராக இருந்தால், ஆயிரத்தில் ஒருவனில் வரும்

'அதோ அந்தப் பறவை போல வாழ வேண்டும் பாடலும்' இளையவர்களுக்கு 'பைரேட்ஸ் ஆஃப் திகரீபியன்' படங்களில் வரும் கேப்டன் ஜாக் ஸ்பாரோ கதாபாத்திரமும் கண் முன்னே தோன்றலாம்.

பொதுவாகத் திருடர்கள், கொள்ளைக் காரர்கள் எனச் சட்டத்தை மீறுவோர் மீது மக்களுக்கு ஓர் இனம்புரியாத கவர்ச்சி இருக்கிறது. அதிலும் கடல் கொள்ளையர்கள் என்றால் ஒரு அலாதிப் பிரியம்தான். கதைகளிலும்,

திரைப்படங்களிலும் ஏன் குழந்தைகளுக்கான கார்ட்டூன் படங்களிலும் வரும் கற்பனை கடல் கொள்ளையர்கள் பாத்திரங்கள் மக்கள் மனத்தில் அவர்களின் மீது ஒரு அழியா பாதிப்பை ஏற்படுத்திவிட்டன.

இந்த பாதிப்புதான் இன்று சோமாலியக் கொள்ளையர்கள் பற்றிய செய்திகள் மக்கள் மத்தியில் உண்டுபண்ணியிருக்கும் பரபரப்புக்குக் காரணம். தினம் தினம் உலகில் எவ்வளவோ கொள்ளைகள், திருட்டுகள், ஆள் கடத்தல்கள் நடைபெறுகின்றன. அவற்றைப் பற்றிய செய்திகளும் நமது செய்தித்தாள்களில், தொலைக்காட்சிகளில் வந்துகொண்டே இருக்கின்றன. அவற்றையெல்லாம் அலட்டிக் கொள்ளாமல் ஜீரணம் செய்யும் சாதாரண மனிதர்கூட சோமாலியக் கடல் கொள்ளையரின் அட்டகாசம் என்றவுடன் நிமிர்ந்து உட்கார்ந்து கவனிப்பதற்கு என்ன காரணம்?

இதுவரை நாம் கேட்டு வளர்ந்த கொள்ளையர் கதைகள்தான் இதற்குக் காரணமென்றால் அது மிகையாகாது. கடல் கொள்ளையர்களைப் பற்றி இப்படி ஒரு கவர்ச்சி பிம்பம் உருவாகக் காரணமான புனைவுகளையும், மக்கள் மனதில் இடம் பிடித்துள்ள கற்பனை கடல் கொள்ளையர்கள் பாத்திரங்களையும் இந்த அத்தியாயத்தில் பார்ப்போம்.

கடல் கொள்ளையர்கள் பற்றிப் புத்தகங்கள் வெளியிடும் பழக்கம், ‘கடற்கொள்ளையின் பொற்காலம்’ எனக் கருதப்படும் பதினெட்டாம் நூற்றாண்டின் முற்பகுதியில்தான் தோன்றியது.

கரீபியன் கடலில் கொள்ளையர்களின் அட்டகாசங்கள் பற்றியச் செய்திகளை மக்கள் விரும்பிப் படிக்கிறார்கள் என்பதை இங்கிலாந்து, அமெரிக்க பதிப்பாளர்கள் புரிந்து கொண்டார்கள். கொள்ளையர்களைப் பற்றிய புத்தகங்களை எழுதுவது புதிய பாணியானது.

முன்னாள் கொள்ளையர்கள், அவர்களைப் பிடிக்க அனுப்பப்பட்ட கடற்படை தளபதிகள், கொள்ளையர்களால் பிடித்துச் செல்லப்பட்ட பணயக் கைதிகள் எனச் சகலரின் கதைகளையும் பொதுமக்கள் விரும்பிப் படிக்கத் தொடங்கினார்கள்.

இந்தப் புதிய சந்தையைக் குறிவைத்து, புதிய புத்தகங்கள் வெளியிடப்பட்டன. ஆரம்பத்தில் இந்தப் புத்தகங்களில் புரட்டுகளும் கட்டுகதைகளுமே மிகுந்திருந்தன. வாசகரின் ஆர்வத்தைத் தூண்டுவதற்காகக் கொள்ளையர்களைப் பற்றிய மிகைப்படுத்தப்பட்ட செய்திகளையும், பல சமயங்களில் அப்பட்டமான பொய்களையும் இப்புதிய எழுத்தாளர்கள் எழுதி வந்தனர்.

இதனால் கொள்ளையர்களைப் பற்றிய புத்தகங்களின் நம்பகத் தன்மை கேள்விக்குறியாகவே இருந்தது. கொள்ளையர்களைப் பற்றிய உண்மையான செய்திகளைச் சொல்லும் ஒரு புத்தகத் துக்கு மக்களிடையே இருந்த எதிர்பார்ப்பைப் பயன்படுத்திக் கொண்டு 1724-ல் A General History of the Pyrates என்ற புத்தகம் வெளியிடப்பட்டது.

கொள்ளையரைப் பற்றி அதிகாரப்பூர்வமான தகவல்களைக் கொண்டது என்று காட்டிக் கொள்வதற்காக இதனை எழுதியவர் கேப்டன் சார்லஸ் ஜான்சன் என்று போட்டுக் கொண்டனர், இந்தப் புத்தகத்தின் பதிப்பாளர்கள். ஆனால் சார்லஸ் ஜான்சன் ஒரு புனைப்பெயர். புத்தகத்தை எழுதியவருக்கும் கடற் படைக்கும் சம்பந்தமே கிடையாது.

இன்றுவரை அதனை எழுதியவர் யாரென்பது தெளிவாக அறியப்படவில்லை. புகழ்பெற்ற ஆங்கில எழுத்தாளர் டானியல் டீஃபோ (ராபின்சன் க்ரூசோ எழுதியவர்) தான் இப்புத்தகத்தின் ஆசிரியர் என்று ஒருசாராரும் அவர் எழுதவில்லை என்று மற்றொரு சாராரும் இன்றுவரை வாதிட்டு வருகிறார்கள்.

யார் எழுதியிருந்தாலும் ஒன்று மட்டும் நிச்சயம் - கொள்ளை யரைப் பற்றிய தற்கால வெகுஜன பிம்பம் உருவாக இப்புத்தகம் தான் காரணம். ஒற்றைக் கண், கண் பட்டை, கிளி, தாடி, மரக்கால், கெட்ட வார்த்தைகள், புதையல், ஜாலி ரோஜர் எனப் படும் கொள்ளையர் கொடி என கடல் கொள்ளையரின் பண்பு(!) களாக நாம் இப்போது கருதும் அனைத்துக் கூறுகளுக்கும் இப்புத்தகமே மூலம்.

கரீபியன் கடலில் ஆதிக்கம் செலுத்திய கொள்ளையர் குடியரசின் பல கொள்ளையர் தளபதிகளின் வாழ்க்கை வரலாறுகள் இப் புத்தகத்தில் இடம் பெற்றிருந்தன. புத்தக ஆசிரியர்,

கொள்ளையர்களின் கதையை சுவாரஸ்யத்துக்காகச் சற்றே மிகைப்படுத்திக் கூறியிருந்தாலும் தரமான ஆவணங்களின் அடிப்படையில்தான் அதனை எழுதியிருந்தார்.

பின் வந்த எழுத்தாளர்கள் அனைவருக்கும் ஜான்சனின் புத்தகம் கொள்ளையரைப் பற்றி புத்தகம் எழுத இலக்கணமாக மாறிவிட்டது. 1881-ல் வெளிவந்து அழியாப் புகழ் பெற்ற ராபர்ட் லூயி ஸ்டீபன்சனின் 'டிரஷர் ஐலாண்ட்' புதினமும் இப் புத்தகத்தை ஆதாரமாகக்கொண்டே எழுதப்பட்டது.

ஜான்சனின் புத்தகத்தைத் தொடர்ந்து கொள்ளையர்களைப் பற்றிப் பல புனைவுக் கதைகளும் வெளிவரத் தொடங்கின. 'கடல் கொள்ளையர்' என்றால், உடனே நம் நினைவுக்கு வரும் விஷயங்களில் புதையலும் ஒன்று. இந்த கடல் கொள்ளையர் = புதையல் என்ற சமன்பாடு உருவாக முக்கியக் காரணம் ஸ்டீபன்சனின் டிரஷர் ஐலாண்ட்தான்.

பத்தொன்பதாம் நூற்றாண்டில் கொள்ளையர்களைப் பற்றிய மோகம் சற்றே குறைந்து தணிந்திருந்த காலகட்டத்தில் வெளியான இந்தப் புத்தகம், மீண்டும் கொள்ளையர்கள் கதை களை ஃபேஷனாக்கியது. பெயர்பெற்ற பழைய கொள்ளையர் கேப்டன் ஃப்ளின்டின் புதையலைத் தேடிப் போகும் கும்பலின் கதையை முதலில் சிறுவருக்கான கதையாகத்தான் ஸ்டீபன்சன் எழுதினார்.

ஆனால், அது வயது வித்தியாசமின்றி எல்லா வாசகர்களுக்கும் பிடித்துப் போனது. அதிலும் 'லாங் ஜான் சில்வர்' என்ற வில்லன் கதாபாத்திரம் கொள்ளையர் என்ற பதத்துக்கு மாடலாக மக்கள் மனத்தில் பதிந்து போனது. தோளில் உட்கார்ந்திருக்கும் கிளி, ஒற்றைக் கால் போன்ற கொள்ளையர்களுக்கான இக்கால இலக்கணங்களுக்கு லாங் ஜான் சில்வர்தான் முன்னோடி.

கடல் கொள்ளையரின் உருவபிம்பங்களை மட்டுமல்லாமல், புதையல் வரைபடங்கள், அவர்கள் பாடும் பாடல்கள் (எ. கா. 'யோ-ஹோ-ஹோ எ பாட்டில் ஆஃப் ரம்) போன்ற கூறுகளை யும் இந்தப் புதினம் பிரபலப்படுத்தியது. தற்காலக் கொள்ளையர் கள் கதைகள் பெரும்பாலும் ஸ்டீபன்சன் வடித்த வார்ப்புருவை பயன்படுத்தியே எழுதப்படுகின்றன.

கடற் கொள்ளையர்களை ஆங்கிலம் பேசும் உலகில் பிரபலப் படுத்திய இன்னொரு கதாபாத்திரம் கேப்டன் ஹூக். ஜெ. எம். பாரி எழுதிய 'பீட்டர் பான்' என்ற சிறுவர் புதினத்தில் வரும் இப்பாத்திரம்தான் ஒற்றைக் கையில் கொக்கி மாட்டியிருக்கும் கொள்ளையன் பிம்பத்தை உலகுக்கு அறிமுகப்படுத்தியது. கடல் கொள்ளையர்கள் பற்றிய கதைப் புத்தகங்கள் சிறுவர்களுக்காக எழுதப்பட்ட வழக்கத்தை மாற்றியவர் ரஃபயேல் சபாடினி.

இருபதாம் நூற்றாண்டின் முற்பகுதியில் வெளியான இவரது கேப்டன் ப்ளட் வரலாற்றுப் புதினங்கள் கடல் கொள்ளையர்களை வயதுவந்தோர் இலக்கியத்துக்கு அறிமுகப்படுத்தின. நம்மூர் சாண்டில்யனின் நாவல்கள் பல சபாடினியின் படைப்புகளைத் தழுவி எழுதப்பட்டவைதான்.

இப்புனைவு படைப்புகள் அனைத்தும் ஆங்கிலம் பேசும் நாடுகளான இங்கிலாந்து மற்றும் அமெரிக்காவில்தான் அறிமுகமாயின. முதலில் பிரிட்டிஷ் பேரரசின் காலனியாதிக்கத்தாலும், பின்னால் ஹாலிவுட்டின் தாக்கத்தாலும் உலகின் பல பகுதிகளிலும் இப்படைப்புகள் பரவிப் புகழ்பெற்றன.

கடல் கொள்ளையர்கள் உலகெங்கும் புகழ்பெற்றதில் ஹாலிவுட்டின் பங்கு மகத்தானது. ஆங்கிலத் திரையுலகம் கடல் கொள்ளையர்களைப் பற்றிய கதைகளைத் திரைப்படங்களாக எடுத்து, தொடர்ந்து வெளியிட்டு வருவதன் மூலம் மக்கள் கொள்ளையர்களை மறக்காமல் பார்த்துக் கொள்கிறது.

எடுத்துக்காட்டாக டிரஷர் ஐலான்ட் புத்தகத்தையே எடுத்துக் கொள்ளுங்கள். 1920-ல் தொடங்கி இன்றுவரை இக்கதையின் அடிப்படையில் கிட்டத்தட்ட இருபது ஆங்கிலத் திரைப்படங்களும் பத்துக்கும் மேற்பட்ட தொலைக்காட்சித் தொடர்களும் வெளிவந்துள்ளன.

டிஸ்னி நிறுவனம் ஒரு படி மேலே போய், தன் ஆர்லாண்டோ நகர் தீம் பார்க்கில் 'பைரேட்ஸ் ஆஃப் தி கரீபியன்' என்ற பெயரில் ஒரு நிகழ்ச்சியைத் தொடங்கியது. பொது மக்களிடையே பெரும் வரவேற்பைப் பெற்ற இந்த நிகழ்ச்சிக்குப் பல ஆண்டுகளாகியும் மவுசு குறையாததைக் கண்ட டிஸ்னி, அதனை அடிப்படையாகக் கொண்டு திரைப்படம் ஒன்றைத் தயாரிக்க முடிவு செய்தது.

2003-ல் வெளியான 'பைரேட்ஸ் ஆஃப் தி கரீபியன் - கர்ஸ் ஆஃப் தி ப்ளாக் பியர்ல்' திரைப்படம் அமோக வெற்றி பெற்றதால், அதைத் தொடர்ந்து மேலும் இரண்டு பாகங்கள் வெளியாயின. இப்படங்களில் புகழ்பெற்ற ஹாலிவுட் நடிகர் ஜானி டெப் நடித்த கேப்டன் ஜாக் ஸ்பாரோ கதாபாத்திரத்துக்கு உலகமெங்கும் லட்சக்கணக்கில் ரசிகர்கள் உருவாகியுள்ளார்கள்.

மூன்று படங்களுக்கும் சேர்த்து உலகம் முழுவதும் சுமார் பன்னிரெண்டாயிரம் கோடி ரூபாய் வசூலாகியுள்ளதென்றால் பார்த்துக் கொள்ளுங்கள். இவ்வரிசையில் நான்காவது படம் இப்போது தயாரிப்பில் உள்ளது. இத்திரைப்படங்கள் கணினி யுகத்தில் கடல் கொள்ளையர்களைப் பற்றிய வெகுஜன ஆர்வம் அழியாமல் மேலும் வளரப் பெரும்பங்காற்றியுள்ளன.

ஆங்கிலப் புனைவுகளின் தாக்கத்தால் தமிழிலும் கொள்ளையர் கள் பற்றிய பல புனைவுப் படைப்புகள் வெளியாகியுள்ளன. புகழ்பெற்ற எழுத்தாளர் சாண்டில்யனின் 'கடல் புறா', 'ஜல தீபம்' போன்ற வரலாற்றுப் புதினங்கள் கடல் கொள்ளையர்களை முக்கிய கதாபாத்திரங்களாகக் கொண்டு எழுதப்பட்டவை.

கடல் கொள்ளையர்களைப் பற்றித் தமிழில் ஒரு சில திரைப்படங் களும் வந்துள்ளன. அவற்றுள் எம். ஜி. ஆர். நடிப்பில் 1960களில் வெளிவந்த 'ஆயிரத்தில் ஒருவன்' திரைப்படம் குறிப்பிடத் தக்கது.

கடந்த இருபதாண்டுகளாகப் புனைவுகளுக்கு அப்பாற்பட்டு மேலை நாடுகளில் கடல் கொள்ளையர்களின் மீது பலரின் கவனம் திரும்பியுள்ளது. 'பைரேட் ஆக்சென்ட்' எனப்படும் கடல் கொள்ளையர் ஆங்கில வழக்கில் பேசுவது புதுப்பாணியாக உள்ளது.

1990களிலிருந்து விடுமுறை நாள்களைக் கிண்டல் செய்யும் வண்ணம் வருடந்தோறும் செப்டம்பர் 19ஆம் தேதி 'கடல் கொள்ளையர் போலப் பேசும் தினம்' (International Talk Like a Pirate Day) கடைபிடிக்கப்படுகிறது. 'பைரேட்ஸ் ஆஃப் தி கரீபியன்' திரைப்படம் வெளியானபின்பு இந்த இயக்கம் மேலும் பிரபலமடைந்துள்ளது.

கடல் கொள்ளையர்களைப் போல உடையணிவது, பேசுவது, விளையாட்டுகள் விளையாடுவது என ஆர்வம் காட்டுவோர்

தற்போது சமூகவியலாளர்களால் ஒரு தனி கலாசார உட்பிரிவாக (Pirate Sub Culture) கருதப்படுகிறார்கள். இணையக் குழுமங் கள், கணினி விளையாட்டுகள் விளையாடுவோர் சங்கங்கள் மூலமாக இந்தப் புதிய கலாசாரம் பரவி வருவதாக ஆராய்ச்சி யாளர்கள் கருதுகிறார்கள்.

இறைமறுப்பாளர்களின் கேலிப்புனைவுகளிலும் கடல் கொள்ளையர் பயன்படுத்தப்படுகிறார்கள். எடுத்துக்காட்டாக உலக மதங்களைப் பகடிசெய்து, இறைமறுப்பாளர்களால் உருவாக்கப்பட்ட 'பாஸ்டாஃபாரியனிசம்' என்ற பொய் மதத்தின் குருமார்களாக கடல் கொள்ளையர்கள் கருதப்படுகிறார்கள்.

இதுவரை கற்பனைக் கதைகளில் கடல் கொள்ளையர்கள் எவ்வாறு சித்தரிக்கப்பட்டுள்ளார்கள் என்பதைப் பார்த்தோம். நிஜத்தில் அவர்களது வாழ்க்கை எப்படி இருந்தது, இருக்கிறது என்பதை இனிமேல் காண்போம்.

வரலாறு, வெற்றி பெற்றவர்களால் மட்டுமே எழுதப்படுகிறது. தோற்றவர் பக்க நியாயங்கள் அதில் பதிவு செய்யப்படுவ தில்லை. ஆதிகாலம் முதல் கடல் கொள்ளையர்களை ஆளும் வர்க்கத்தினர் வெறுப்புடன்தான் பார்த்து வந்திருக்கிறார்கள். திருடனை போலீஸ் நட்புடனா பார்க்கும்? எனவே, அதிகார பூர்வமான வரலாறுகளில் கடல் கொள்ளையர்கள் நாகரீகமற்ற கொடூரர்களாகவும், வெறிகொண்ட திருடர்களாகவும் சித்தரிக்கப்பட்டு வந்திருக்கிறார்கள்.

பழைய வரலாறுகளில் அவர்களது வாழ்க்கை முறைகள், பழக்க வழக்கங்கள், அவர்களது சமூகம் எவ்வாறு இருந்தது போன்ற குறிப்புகள் கிடைப்பதில்லை. வைக்கிங் கொள்ளையர்கள் மட்டும் இதற்கு விதிவிலக்கு. அவர்கள் வென்றவர்கள் என்பதால் அவர்கள் பக்க நியாயங்களும், கதைகளும் வைக்கிங் வரலாறுகளில் பதிவு செய்யப்பட்டுள்ளன.

அதிகாரபூர்வ வரலாறுகளின் மூலம் கொள்ளையர்களுக்கு எத்தகைய கடுமையான தண்டனைகள் வழங்கப்பட்டன என்பதை மட்டும் தெளிவாகத் தெரிந்துகொள்ளலாம். ஏறக் குறைய அனைத்து நாடுகளிலும் கலாசாரங்களிலும் கொள்ளைத் தொழில் செய்தால், மரண தண்டனையே விதிக்கப்பட்டு வந்திருக்கிறது.

கடுமையான தண்டனைகளை விதிப்பதன் மூலம், சாதாரண மக்களும் படைவீரர்களும் கடல் கொள்ளையர்களாக மாறுவதைத் தடுக்க அரசாங்கங்கள் முயன்று வந்திருக்கின்றன. சாதாரண மாலுமிகள் மரண பயத்தைப் பொருட்படுத்தாமல் கொள்ளையர்களாக மாறக் காரணம் கடுமையான கப்பல் வாழ்க்கை தான்.

கொள்ளையர் வாழ்க்கை மட்டுமென்ன எளிதானதா? கடுமையான சட்டதிட்டங்கள், உயிருக்கு உத்திரவாதமில்லாத தொழில், சமூகத்தில் நிராகரிப்பு, நிலையில்லாத வாழ்க்கை என அவர்களுக்கும் ஆயிரம் பிரச்னைகள். ஆனால், சாதாரண கப்பல் மாலுமியாக இருப்பதைவிட கொள்ளைக் கப்பலில் மாலுமியாக இருப்பது மேல். ஏன் தெரியுமா? கொள்ளையடிப்பதில் கிடைக்கும் லாபமும், கொள்ளையர்கள் கப்பல்களில் கிடைக்கும் சுதந்தரமும் தான்.

இடைக்கால ஐரோப்பாவில் சாதாரண தொழிலாளர்களுக்கு சொற்ப சம்பளமே கிடைத்து வந்தது. ஒரு வர்த்தகக் கப்பலில் பல ஆண்டுகள் பணியாற்றினால் கிடைக்கும் பணம், ஒரு கப்பலைக் கொள்ளையடித்தாலே கிடைத்து விடும். அப்படிக் கொள்ளையடித்துச் சம்பாதித்த பணம் நியாயமான முறையில் கொள்ளையர்களிடையே பங்கிடப்பட்டது.

கொள்ளைப் பணத்தை, சமமான பங்குகளாகப் பிரித்துத் தங்கள் வேலைக்கேற்ப பிரித்து எடுத்துக் கொள்வது கொள்ளையர்கள் வழக்கம். கொள்ளையர்கள் கேப்டன்களுக்கும், வேறு சில கப்பல் அதிகாரிகளுக்கும் மட்டுமே ஒன்றுக்கும் மேற்பட்ட பங்குகள். மற்றவர்களுக்கெல்லாம் சமமான பங்குகள். காலப்போக்கில் இந்த ஏற்ற தாழ்வும் மறைந்து போய், கேப்டன் முதல் அடிமட்டக் கொள்ளையன் வரை அனைவருக்கும் சமமான பங்கு என்று ஆனது.

சாதாரண வர்த்தகக் கப்பலில் ஆண்டுக் கணக்கில் அஞ்சுக்கும் பத்துக்கும் அல்லல்படுவோருக்கு இப்படிப்பட்ட சமதர்ம வாழ்க்கை கவர்ந்ததில் ஆச்சரியம் ஒன்றும் இல்லை. கொள்ளையர்கள் இப்படி சமதர்மத்தைக் கடைபிடித்ததற்கு அவர்களது சூழ்நிலையே காரணம். சட்டத்துக்கு அப்பால் வாழும் கொள்ளையர்களுக்கு சுய கட்டுப்பாடு மிக அவசியமானதாக இருந்தது.

அவர்களுக்குள் சண்டை வந்தால் தீர்த்து வைக்க நீதிமன்றங்கள் கிடையாது. அவர்களாகவேதான் தீர்த்துக்கொள்ள வேண்டும். அவர்களது விதிகளும் தீர்ப்புகளும் பெரும்பாலானோர் ஏற்றுக் கொள்ளக் கூடியவையாக இல்லையென்றால், கொள்ளையர் களால் ஒழுங்காகத் தொழில் செய்ய முடியாது. இதனால் பெரும்பாலான கொள்ளையர்கள் கேப்டன்கள் தங்கள் கப்பல் களுக்கெனத் தனியாக விதிகளை உருவாக்கிக் கொண்டனர்.

'பைரேட் கோட்' (Pirate Code) என்றழைக்கப்பட்ட விதிகளில் ஜனநாயகம் தலைதூக்கி இருப்பதை இன்றும் காண முடிகிறது. என்ன திட்டமாக இருந்தாலும், கொள்ளையர்கள் அனைவரும் கலந்தாலோசித்து ஓட்டு போட்டுத்தான் செயல்படுத்தினர்.

எந்தத் திசையில் செல்வது, எந்தக் கப்பலைத் தாக்குவது, கைப்பற்றிய கைதிகளை என்ன செய்வது, கொள்ளையடித்த பொருளை எங்கு வைப்பது என்று அனைத்து முடிவுகளும் பெரும்பான்மை ஓட்டு முறையிலேயே எடுக்கப்பட்டன. இம்முறையின் கீழ், கேப்டனும் அடிமட்டக் கொள்ளையனும் சமம்தான். கொள்ளையர்களுக்குள் ஏற்ற தாழ்வு கிடையாது. ஆப்பிரிக்க கறுப்பின மக்களை மனிதர்களே அல்ல, அடிமை களாக இருக்கத்தான் அவர்கள் லாயக்கு போன்ற கருத்துகள் பரவலாக இருந்த காலத்திலேயே கரீபியன் கொள்ளையர்கள் தங்கள் கப்பல்களில் கறுப்பர்களைச் சமமாக நடத்தினர்.

கொள்ளையர்கள் கூட்டத்தில், திறமைக்கும் தகுதிக்கும்தான் மதிப்புத் தரப்பட்டது. ஒரு கப்பலில் கொள்ளையர்கள் ஒன்று கூடி ஒரு முடிவெடுத்துவிட்டால் கேப்டன் அவர்கள் சொற்படிதான் நடக்கவேண்டும். கேப்டன் மீது நம்பிக்கையில்லா தீர்மானம் கொண்டு வரும் உரிமைகூடக் கொள்ளையர்களுக்கு இருந்தது.

இந்த ஜனநாயக முறையை அந்தக் காலத்தில் மட்டுமல்ல, தற்காலத்திலும் கூட வேறு கப்பல்களில் கற்பனை செய்து பார்க்க முடியாது. இந்தக் கூட்டுறவு முறையை முதன் முதலில் பதினேழாம் நூற்றாண்டில் கொள்ளையர்கள் பயன்படுத்தத் தொடங்கினர்.

கொள்ளையர் கூட்டத்தில் சேரும் ஒவ்வொரு புதிய கொள்ளை யனும் கப்பலின் விதிகளுக்கு கட்டுப்பட்டு நடப்பதாக உறுதி

எடுத்துக் கொள்ளவேண்டும். பொது விதிகளை மீறுவோருக்குக் கடுமையான தண்டனைகள் தரப்பட்டன.

'வாக்கிங் தி ப்ளாங்க்' (Walking the plank) போன்ற மரண தண்டனை முதல் 'மரூணிங்க்' எனப்படும் ஆளில்லாத தீவில் தனியாக விட்டுவிடும் சிறை தண்டனை வரை அனைத்தும் கடுமையான தண்டனைகள்தான். 'வாக்கிங் தி ப்ளாங்க்' என்றால் மரப்பலகையின் மீது நடத்தல் என்று பொருள். அது சாதாரண மரப்பலகையல்ல. அந்தரத்தில் முடியும் மரணப்பலகை.

பலகையில், ஒரு முனை கப்பலிலும் மறுமுனை ஆழ்கடலின் மேல் அந்தரத்திலும் இருக்கும். தண்டனை விதிக்கப்பட்ட குற்றவாளி, பலகையின் மேல் நடந்து கடலில் குதித்துச் சாக வேண்டும். இந்த விதிகளில் தண்டனைகள் மட்டுமே சொல்லப் படவில்லை. கொள்ளையர்களின் கடமைகளும் உரிமைகளும் விரிவாகச் சொல்லப் பட்டிருந்தன.

தொழில் செய்யும்போது இறக்கும் கொள்ளையர்களுக்கும், காயமடையும் கொள்ளையர்களுக்கும் எவ்வளவு காப்பீட்டுத் தொகை வழங்கவேண்டும் என்று கூட இந்த விதிகளில் சொல்லப்பட்டிருந்தது.

கொள்ளையர்களுக்குள் ஏற்படும் சச்சரவுகளைத் தீர்த்துக் கொள்ள வழிகளும் தெளிவாகச் சொல்லப்பட்டிருந்தன. கிட்டத் தட்ட ஒரு நாட்டின் அரசியல் சாசனத்தைப் போன்றே இவ்விதி முறைகள் உருவாக்கப்பட்டிருந்தன.

ஒரு கப்பலின் கொள்ளையர்களுக்கு நடத்தை விதிகள் இருந்தது போலவே, வெவ்வேறு கப்பல்களைச் சார்ந்த கொள்ளையர்கள் எப்படி நடந்துகொள்ள வேண்டுமென்ற விதிமுறைகளும் புழக்கத்திலிருந்தன. இப்படி சகோதரத்துவத்துடனும் கட்டுப் பாட்டுடனும் இருந்ததால்தான் கொள்ளையர்களால் நீண்ட நாள்கள் பலமிக்க கடற்படைகளை எதிர்த்துத் தாக்குப்பிடிக்க முடிந்தது.

பெரும்பாலான கொள்ளையர்கள் பணத்துக்காகக் கொள்ளைத் தொழிலுக்கு வந்தவர்களென்றாலும், அரசியல் காரணங்களுக் காகவும் கொள்கை பிடிப்பின் காரணமாகவும் கொள்ளையர் களாக மாறியவர்களும் உண்டு. இதற்கு கறுப்பு சாம் பெல்லாமி ஒரு நல்ல உதாரணம். வர்த்தகக் கப்பல் உரிமையாளர்கள்

சாதாரண மாலுமிகளுக்கு இழைக்கும் கொடுமைகளை எதிர்த்து, கொள்ளையராக மாறிய கறுப்பு சாமுக்கு 'ராபின் ஹுட்' போன்று கொள்ளையடித்த பொருளை மற்றவர்களுக்குக் கொடுத்துவிடும் வழக்கம் இருந்தது.

கொள்ளையர்களின் இந்தக் கூட்டுறவுப் பண்புகள் பதினேழு பதினெட்டாம் நூற்றாண்டுகளில் கொள்ளையர் கூட்டமைப்பும் அதன் வழிவந்த கொள்ளையர் குடியரசும் உருவாகக் காரணமாக இருந்தன.

பெரும்பாலான கொள்ளையர்கள் கப்பல் படைகளுடன் நடந்த சண்டைகளில் கொல்லப்பட்டாலும், நன்றாகச் சம்பாதித்த பின் பொது மன்னிப்புப் பெற்று வளமாக வாழ்ந்த கொள்ளையர்களும் உண்டு.

பழங்காலக் கொள்ளையர்கள் வாழ்க்கை இப்படி இருந்த தென்றால் இக்காலக் கொள்ளையர்களின் நிலை தலைகீழ். இக்கால சோமாலிய, மலாக்கா ஜலசந்திக் கொள்ளையர் கூட்டங்கள் ஏறக்குறைய மாஃபியா கும்பல்களைப் போன்றே செயல்படுகின்றன.

தற்கால கொள்ளையர் கூட்டங்களில் மேல்தட்டில் செல்வச் செழிப்புடன் கரையில் உட்கார்ந்திருக்கும் தலைவர்கள் இருக் கிறார்கள். அடித்தட்டில் சில்லறைக்கு உயிரைப் பணயம் வைக்கும் கூலிப்படையினர் இருக்கிறார்கள். இருவரது நிலைமையும் நேர்மாறானவை.

தலைவர்களின் வாழ்க்கை சொகுசானது. கொள்ளைப் பணத்தை நன்றாக அனுபவித்து, தொழிலதிபர்களைப் போல வாழ்கிறார் கள். இவர்களை சட்டத்தால் ஒன்றும் செய்துவிட முடியாது. ஆனால், அடிமட்டக் கொள்ளையர்களுக்கோ தினம் தினம் ஆபத்து. மாட்டிக் கொண்டால் மரண தண்டனை. கிடைக்கும் கூலியோ சொற்பம்.

கொள்ளையர் என்றவுடன் நமக்கு நினைவுக்கு வரும் பிம்பத்துக்கும் தற்காலக் கொள்ளையர்களுக்கும் நெடுந்தூரம். இன்றைய கொள்ளையர்கள் சாதாரண கூலிப்படை அடியாட் களைப் போன்றவர்கள்தான்.

14
மிதக்கும் வெடிகுண்டுகள்

2010-ல் சோமாலியாவைத் தவிர உலகில் வேறு எங்கும் கொள்ளையர்கள் தாக்குதல்கள் நடைபெறவில்லை. மலாக்கா ஜலசந்தியும் அமைதியாகவே இருக்கிறது. இனி என்ன நடக்கும்? மறுபடியும் கொள்ளையர்கள் உருவாவார்களா? எங்கு? எப்போது? எப்படி? போன்ற கேள்விகளுக்கு உறுதியாக பதில் சொல்ல முடியாது. வேண்டுமானால் யூகிக்கலாம்.

தற்போது உலக அமைதிக்குப் பெரும் அச்சுறுத்தலாக இருக்கும் சர்வதேசத் தீவிரவாத அமைப்புகள், கடல் கொள்ளையை ஒரு ஆயுதமாகப் பயன்படுத்தக் கூடுமென பாதுகாப்பு நிபுணர்கள் கருதுகிறார்கள்.

அமெரிக்காவின் மீது 2001-ல் நடத்தப்பட்ட இரட்டை கோபுர விமானத் தாக்குதலுக்குப் பின்னர் உலக மெங்கும் சரக்குப் போக்குவரத்தில் கெடுபிடிகள் அதிகமாகிவிட்டன. விமான நிலையங்களிலும், துறை முகங்களிலும் சரக்குகள் கடுமையாக சோதனை செய்யப்படுகின்றன.

இதனால் தீவிராத அமைப்புகள் கடல் கொள்ளையர்களை வேலைக்கு அமர்த்தி, அவர்களால் கைப்பற்றப்பட்ட கப்பல்கள் மூலம் ஆயுதங்களையும் வெடி மருந்துகளையும் கடத்தலாம் என்று பன்னாட்டு பாதுகாப்பு நிபுணர்கள் எச்சரிக்கின்றனர்.

துறைமுகங்களில் இப்படி கெடுபிடி இருப்பதால் தீவிரவாத அமைப்புகளால் கப்பல்களில் தடைசெய்யப்பட்ட சரக்குகளை ஏற்ற முடியாது. ஆனால், ஏற்கெனவே சோதனை செய்யப்பட்டு அங்கீகரிக்கப்பட்ட சரக்குப்பட்டியலுடன் (certified ship manifest) கடலில் சென்று கொண்டிருக்கும் ஒரு கப்பலை தீவிரவாதிகள் கடத்திவிட்டால், அதில் தங்களது சரக்குகளை ஏற்றிக் கொண்டு எளிதில் சேர்க்க வேண்டிய இடத்தில் சேர்த்து விடலாம்.

இது மட்டுமல்ல, கடத்தைப்பட்ட கப்பல்களை ஆயுதமாகவும் பயன்படுத்த அவர்களால் முடியும்.

குறிப்பாக பல்லாயிரம் டன் எடையுள்ள கச்சா எண்ணெய் சரக்குக் கப்பல்கள் தீவிரவாதிகளின் கையில் சிக்கினால், அவர்களால் அக்கப்பல்களைப் பெரும் நாசம் விளைவிக்கும் ஆயுதங்களாக மாற்றி விட முடியும்.

எதிரி நாட்டின் மீன்பிடி பகுதிகளில் போய் எண்ணெயைத் திறந்து விட்டால் போதும். மீன் வளம் நாசமாவதுடன், பல வருடங்களுக்கு அப்பகுதியில் சுற்றுப்புறச் சூழல் பாதிக்கப்படும். இதைவிட அக்கப்பல்களை எதிரி நாட்டுத் துறைமுகத்துக்குக் கொண்டு போய் வெடித்துச் சிதற வைத்தால் பெரும் நாசம் விளைவிக்க முடியும்.

ஒவ்வோர் எண்ணெய்க் கப்பலும் (oil tanker) பல ஆயிரம் டன் வெடிமருந்தால் செய்யப்பட்ட குண்டு போன்றது. ‘மிதக்கும் வெடிகுண்டுகள்’ என்றே பாதுகாப்பு வல்லுனர்களால் இவை கருதப்படுகின்றன.

தீவிரவாதிகள் தவிர, போதைப் பொருள் கடத்துபவர்களுக்கும் கடல் கொள்ளை பயன்படுகிறது. தற்போது நிலவழியாகவும் வான் வழியாகவும் போதைப் பொருள் கடத்துவதற்குப் பல முட்டுக்கட்டைகள் வந்து விட்டன. சுங்கச் சோதனை கெடுபிடிகள் அதிகமாகிவிட்டன.

இதனால் போதைப் பொருள் கடத்துவதற்காகக் கப்பல்களை கிரிமினல்கள் கடத்துகிறார்கள். கரீபியன் கடல், கிழக்காசியா போன்ற இடங்களில் இது ஏற்கெனவே சிறிய அளவில் நடந்து வருகிறது. விமானப் போக்குவரத்தில் தீவிரவாதம் காரண மாகச் சோதனைகள் அதிகமாகும் பட்சத்தில் போதைப் பொருள் கடத்தலுக்காகக் கப்பல்களைத் திருடுவதும் அதிக மாகலாம்.

தீவிரவாதம், கள்ளக் கடத்தல் போன்ற பழக்கப்பட்ட குற்றங் களைத் தவிர, வெள்ளைக் காலர் குற்றங்களுக்காகவும் கடல் கொள்ளை பயன்படுத்தப்படும் வாய்ப்பு உள்ளது. உலகமய மாக்கல் வந்துவிட்ட பிறகு, வர்த்தக நிறுவனங்கள் தங்கள் பொருள்களை ஒரேயிடத்தில் உற்பத்தி செய்வதில்லை.

தங்கள் தயாரிப்புகளின் பாகங்களைப் பல நாடுகளில் அமைந் துள்ள பல ஆலைகளில் உருவாக்குகின்றன. எடுத்துக்காட் டாக, செல்போன்களையே எடுத்துக் கொள்வோம். ஒரு செல்போனின் டிஸ்ப்ளே ஒரு நாட்டிலும், பாட்டரி ஒரு நாட்டிலும், அதன் சிலிக்கான் சிப் இன்னொரு நாட்டிலும் தயாரிக்கப்படுகிறது. அனைத்து பாகங்களையும் ஒன்று திரட்டி முழு செல்போனாக மாற்றும் வேலை மற்றொரு நாட்டில் நடைபெறுகிறது.

இப்படிப் பல நாடுகளில் வேலை நடப்பதால் கப்பல் போக்கு வரத்து, இந்தத் தயாரிப்பு முறைக்கு இன்றியமையாததாகிறது. போட்டி நிறுவனங்கள் நினைத்தால் உதிரி பாகங்களைக் கொண்டு செல்லும் கப்பலை, கொள்ளையர்களைப் பயன்படுத்தி மூழ்கடித்து விடலாம்.

இதனால் அந்த நிறுவனத்தின் உற்பத்தி தடைப்பட்டு விற்பனை பாதிக்கப்படலாம். இது போல் வர்த்தகச் சண்டைகளுக்கு கடல் கொள்ளை பயன்படும் வாய்ப்புகள் உள்ளன.

இவை அனைத்தும் ஊகங்கள்தான். நாளை என்ன நடக்கும் என்று யாராலும் உறுதியாகச் சொல்ல முடியாது. ஆனால், இரண்டா யிரம் ஆண்டுகளாக இதோடு கடற்கொள்ளை ஒழிந்தது என்று மக்கள் நிம்மதிப் பெருமூச்சு விட்ட போதெல்லாம் அவர்களது நினைப்பைப் பொய்ப்பிக்கிற மாதிரி கடல் கொள்ளையர் மீண்டும் மீண்டும் உருவாகியுள்ளனர்.

எனவே 21ஆம் நூற்றாண்டில், இனிமேல் கடல் கொள்ளை பரவாது என்று மெத்தனமாக நாம் இருந்து விடக் கூடாது. ஒருவேளை, வருங்காலத்தில் விண்வெளி போக்குவரத்துத் தோன்றிய பிறகு, அதைக் குறிவைத்து விண்வெளிக் கொள்ளையர்கள் கூட உருவாக வாய்ப்பிருக்கிறது.

பின்னிணைப்பு

எழுத உதவிய புத்தகங்களும் ஊடகச் செய்திகளும்

- The Republic of Pirates - Colin Woodward
- Business in Great Waters - John Terraine
- Life Under the Jolly Roger - Gabriel Kuhn
- Flagging standards - Elizabeth R. DeSombre
- Elements of Military strategy - Archer Jones
- Pirates of the South China sea coast - Dian H Murray
- Pirates:Scourge of the seas - John Reeve Carpenter
- Indian Pirates - R. N. Saletore
- Pompey the Great - Robin Seager
- The Spanish Treasure Fleets - Timothy R. Walten
- A History of Vikings - Gwyn Jones
- The Pirates of Malabar - John Biddulph
- History of Julius Caeser - Jacob Arnot
- The Ancient Egyptian World - Eric H Cline, Jill Rubalcaba
- A History of Greece - Connop Thirlwall
- Pirates Aboard - Klaus Hympendahl

- The wars of the Barbary Pirates - Gregory Fremont Barnes
- Barbary Corsairs - Daniel Panzac
- Dark Passage - Peter Gwin (National Geographic, Oct 2007)
- Maersk Alabama crew return to US to tell of Somali pirate ordeal - James Bone (The Times, April 18 2009)
- How Somalia's Fishermen Became Pirates - Ishaan Taroor (Time, April 18 2009)
- How to Defeat Pirates: Success in the Strait - Michael Schuman (Time, April 22 2009)
- 21st Century Piracy: Long John Isn't Long gone - Austin Bay (Strategy Page, November 15 2005)
- Piracy in Ancient Greece - Michael Scott (BBC History Magazine, July 13 2010)